ಭವಿಷ್ಯ ಮಾಲಿಕಾ ಪುರಾಣ

ಭಾಗ-1

2032 ರಿಂದ ಸತ್ಯಯುಗದ ಪ್ರಾರಂಭ....

ಲೇಖಕರು : ಪರಮಪೂಜ್ಯ ಪಂಡಿತ ಶ್ರೀ ಕಾಶೀನಾಥ ಮಿಶ್ರಾ

ISBN 979-8-88975-937-9

ಲೇಖಕರ ಪರಿಚಯ :

ಪ್ರಭು ಶ್ರೀ ಜಗನ್ನಾಥ, ಮಾತಾಚಿರಜಾದೇವಿ, ಮಾತಾ ಸರಸ್ವತಿ ಮತ್ತು ಪ್ರಭು ಗಣಪತಿಯ ಅಪಾರ ಕೃಪೆಯಿಂದ ೬೦೦ ವರ್ಷ ಪೂರ್ವ ಉಡಿಯಾ ಭಾಷೆಯಲ್ಲಿ ಬರೆದಿಟ್ಟ ಪಂಚಸಖಾ ಕೃತ "ಭವಿಷ್ಯ ಮಾಲಿಕೆ"ಯನ್ನು ಉಡಿಯಾ ಭಾಷೆಯಿಂದ ಹಿಂದಿ, ಕನ್ನಡ, ಗುಜರಾತಿ ಭಾರತೀಯ ಇನ್ನೂ ಅನೇಕ ಭಾಷೆಯಲ್ಲಿ ಈ ಗ್ರಂಥದ ಗೂಢ ಸತ್ಯವನ್ನು ಮಾನವ ಸಮಾಜದ ಕಲ್ಯಾಣಕ್ಕಾಗಿ ಮತ್ತು ಸನಾತನ ಧರ್ಮವನ್ನು ವಿಶ್ವಸ್ತರದಲ್ಲಿ ಪುನರ ಸ್ಥಾಪನೆಗೋಸ್ಕರ ಶ್ರೇಷ್ಠ ಉಪಾಯವಾಗಿದೆ ಅಂತಾ ಆತಿಸುತ್ತೇವೆ.

ಭಕ್ತ ಜನರು ಇದನ್ನು ಪಠಣ ಮಾಡಿ ತಮ್ಮ ಪೂರ್ವ ಜನ್ಮದ ಸಂಸ್ಕಾರವನ್ನು ಪುನರುಜ್ಜೀವಿತ ಮಾಡಿಕೊಂಡು ಸತ್ಯಯುಗದ ಮಾನವರಾಗುವಿಲಿ ಎಂದು ನಾವು ಆಶಯವನ್ನು ವ್ಯಕ್ತಪಡಿಸುತ್ತೇವೆ.

ಇವತ್ತಿನ ಸಂಪೂರ್ಣ ವಿಶ್ವದಲ್ಲಿ ಎಲ್ಲ ಮಾನವ ಸಮಾಜ ವಿಚಲಿತಗೊಂಡಿರುವ ಹಾಗೂ ದಾಲಿತಪ್ಪಿದವರಾಗಿದ್ದಾರೆ. ಈ ಸಮಯದಲ್ಲಿ "ಭವಿಷ್ಯ ಮಾಲಿಕಾ" ಮನುಷ್ಯ ಸಮಾಜದ ದಾರಿದೀಪ ವಾಗಬಹುದು. ಮತ್ತು ಇಡೀ ವಿಶ್ವದಲ್ಲಿ ಇದು ಕಲ್ಯಾಣಕಾರಿಯಾಗಬಹುದು. ಇದು ಭಗವಾನ ಶ್ರೀ ಜಗನ್ನಾಥರ ಶ್ರೀ ಚರಣಾರವಿಂದಗಳಲ್ಲಿ ನಮ್ಮ ಪ್ರಾರ್ಥನೆ. ಮತ್ತೆ ಈ ಗ್ರಂಥಗಳನ್ನು ಇಡೀ ವಿಶ್ವದ ಎಲ್ಲಾ ಸಾಧು, ಸಂತ, ಭಕ್ತ ಮತ್ತು ಸಜ್ಜನರಿಗೋಸ್ಕರ ನಾವು ಸಮರ್ಪೀತ ಮಾಡುತ್ತೆಇವೆ.

- ಪಂಡೀತ ಶ್ರೀ ಕಾಶೀನಾಥ ಮಿಶ್ರ

: ಪರಿವಿಡಿ :

ಭವಿಷ್ಯ ಮಾಲಿಕಾ ಪುರಾಣ

*** ಭವಿಷ್ಯ ಮಾಲಿಕಾ ಪುರಾಣವೆಂದರೇನು ?**

ಯಾವ ಸಮಯದಲ್ಲಿ ಭಗವಾನ ಸ್ವ ಇಚ್ಛೆಯಿಂದ ಧರ್ಮ ಸಂಸ್ಥಾಪನೆಯ ಕಾರ್ಯಕ್ಕಾಗಿ ಭೂಮಿಯ ಮೇಲೆ ಅವತರಿಸಿರುವದಕ್ಕಿಂತ ಮೊದಲೇ ಅವರ ಜನ್ಮಸ್ಥಾನದ ಬಗ್ಗೆ, ಅವರ ಲೀಲೆಯ ಬಗ್ಗೆ ವರ್ಣನೆ ಮತ್ತು ಅವರ ಭಕ್ತರ ವರ್ಣನೆ ಆ ಸಮಯದಲ್ಲಿ ಧರ್ಮದ ಸ್ಥಿತಿ ಮತ್ತೆ ಭಗವಾನರೂ ಯಾವ ಪ್ರಕಾರವಾಗಿ ಸ್ವಯಂ ಧರ್ಮ ಸಂಸ್ಥಾಪನೆ ಮಾಡುವ ಮೊದಲು ಯುಗ ಸಂಧ್ಯಾಯಿಂದ ಧರ್ಮ ಸಂಸ್ಥಾಪನೆ ಮತ್ತು ಹೊಸ ಯುಗದ ವರ್ಣನೆ ಭಗವಾನರ ನಿರ್ದೇಶನಕ್ಕಿಂತ ಮೊದಲೆ ಬರೆದಿಟ್ಟರುತ್ತಾರೆ । ಯಾಕೆಂದರೆ ಮನುಷ್ಯ ಸಮಾಜದ ಧರ್ಮ ಮತ್ತು ಲೀತಿ-ನೀತಿ ಸನಾತನ ಸಂಸ್ಕೃತಿಯನ್ನು ಪಾಲನೆ ಮಾಡುತ್ತಾ ರಕ್ಷಣೆಯನ್ನು ಮಾಡಿಕೊಳ್ಳಲೆಂದು । ಯಾವ ಪ್ರಕಾರವಾಗಿ ತ್ರೇತಾಯುಗದಲ್ಲಿ ಭಗವಾನ ಶ್ರೀ ರಾಮರು ಭೂ ಅವತರಣಕ್ಕಿಂತ ಮೊದಲೇ ಮಹರ್ಷಿ ವಾಲ್ಮೀಕಿ ಋಷಿಯು ಜಗತ್‌ಪೀತಾ ಬ್ರಹ್ಮದೇವರ ನಿರ್ದೇಶನದಂತೆ ದೇವರ್ಷಿ ನಾರದರ ವಾಣಿಯಿಂದ ಅವರು ಭಗವಾನ ಶ್ರೀ ರಾಮರ ಪವಿತ್ರವಾದ ಚರಿತ್ರದ ಗುಣಗಾನ (ಪ್ರಶಂಶನೆಯನ್ನು) ತಿಳಿದುಕೊಂಡಿದ್ದರು. ಅದರ ವರ್ಣನೆಯನ್ನು ರಾಮಾಯಣ ಗ್ರಂಥದಲ್ಲಿ ವಿವರಿಸಿದ್ದಾರೆ ।

ದ್ವಾಪಾರ ಯುಗದಲ್ಲಿ ಶ್ರೀ ಕೃಷ್ಣರು ಭೂ ಅವತರಣಕ್ಕಿಂತ ಮೊದಲೇ ಯುಗ ಸಂಧ್ಯಾ ಸಮಯದಲ್ಲಿ ಧರ್ಮದ ಸ್ಥಿತಿ ಮತ್ತು ಧರ್ಮ ಸಂಸ್ಥಾಪನಾ ವಿಷಯದ ಬಗ್ಗೆ ಮಹರ್ಷಿ ವೇದವ್ಯಸರು ಭಗವಾನ ಶ್ರೀ ಗಣೇಶ ಭಗವಂತನ ಸಹಕಾರದಿಂದ ಹಿಮಾಲಯದಲ್ಲಿ ತಪಸ್ಸು ಮಾಡುತ್ತಾ ಮಹಾಭಾರತ ಗ್ರಂಥವನ್ನು ರಚಿಸಿದರು.

ಅದೇ ಲೀತಿ ಕಲಿಯುಗದಲ್ಲಿ ದ್ವಿತೀಯ ಬಾರಿಗೆ ಭಗವಾನರು ನಾಮಜಪದ ಮಹಿಮೆ, ಅಹಿಂಸಾ, ಪ್ರೇಮ ಮತ್ತು ಭಕ್ತಿಯ ಸಂಪೂರ್ಣ ವಿಶ್ವದಲ್ಲಿ ಪ್ರಾಚಾರ ಮಾಡುವ ಉದ್ದೇಶದಿಂದ ಪ್ರಭುಚ್ಛೈತನ್ಯ ರೂಪದಲ್ಲಿ ಅವತಾರ ತಾಳಿದರು ಆ ಸಮಯದಲ್ಲಿ ಪಂಚಸಖಾರಲ್ಲಿ ಒಬ್ಬರಾದಂತಹ ಸರ್ವ ಶ್ರೇಷ್ಠ ಮಹಾಪುರುಷ ಅಚ್ಯುತಾನಂದದಾಸ, ಮಹಾಪುರುಷ ಬಲರಾಮದಾಸ, ಮಹಾಪುರುಷ ಜಗನ್ನಾಥದಾಸ, ಮಹಾಪುರುಷ ಜಸವಂತದಾಸ, ಮಹಾಪುರುಷ ಶಿಶುಅನಂತದಾಸರು ಇವತ್ತಿಗೆ ೬೦೦ ವರ್ಷ ಮೊದಲು 15ನೇ ಶತಮಾನದಲ್ಲಿ ಪುಣ್ಯ ಉತ್ಕಲ ಭೂಮಿ (ಉಡಿಸಾ ರಾಜ್ಯ)ದಲ್ಲಿ ಭಗವಾನ ಚ್ಛೈತನ್ಯ ಮಹಾಪ್ರಭುವಿನ ಶಿಷ್ಯರಾಗಿ ಈ ಭೂಮಿಯ ಮೇಲೆ ಜನಿಸಿದರು । ಮತ್ತು ಭಗವಾನ ಜಗನ್ನಾಥರ ನಿರ್ದೇಶನದಂತೆ "ಭವಿಷ್ಯ ಪುರಾಣ ಗ್ರಂಥ" ದ ಸಂಶೋಧನೆಯನ್ನು ಮಾಡುತ್ತಾ ಭವಿಷ್ಯ ಮಾಲಿಕಾ ಪುರಾಣ ಗ್ರಂಥದ ರಚನೆಯನ್ನು ಮಾಡಿದರು । ಈ ಕಾರ್ಯದಲ್ಲಿ ಅವರು 1,85,000 ಗ್ರಂಥಗಳ ರಚನೆಯನ್ನು ತಾಡಿ ಪತ್ರದಲ್ಲಿ ಉಲ್ಲೇಖಿಸಿದ್ದಾರೆ । ಅದನ್ನು ಉಡಿಯಾ ಭಾಷೆಯಲ್ಲಿ ರಚಿಸಲಾಗಿದೆ.

ಈ ಗ್ರಂಥದಲ್ಲಿ ಪಂಚಮಹಾಸಕಾರು ಕಲಿಯುಗದ ಅಂತ್ಯದಲ್ಲಿ ಧರ್ಮದ ಸ್ಥಿತಿ ಭಗವಾನ ಕಲ್ಕಿ ಪ್ರಭುವಿನ ಭೂ ಅವತರಣೆ ಧರ್ಮ ಸಂಸ್ಥಾಪನೆ ಮನುಷ್ಯ ಸಮಾಜದ ಉದ್ಧಾರ ಮತ್ತು ಅನಂತಯುಗದ ವರೆಗಿನ ಭಗವಂತನ ಲೀಲೆಯ ವರ್ಣನೆಯನ್ನು ವಿಸ್ತಾರವಾಗಿ ವಿವರಿಸಿದ್ದಾರೆ | ಭವಿಷ್ಯ ಮಾಲಿಕಾದಲ್ಲಿ ಬರೆದಿಟ್ಟಿರುವ ಪ್ರತ್ಯೇಕ ವಾಣಿಯು ಕಲ್ಲಿನ ಶಿಲ್ಪದಲ್ಲಿ ಬರೆದಿಟ್ಟಂತಿದೆ ಮತ್ತು ಯಾವಾಗಲೂ ಅದು ಸತ್ಯವಾಗಿದೆ | ಯಾಕೆಂದರೆ ಭಾರತದಲ್ಲಿ ಮೊಘಲರ ಅತ್ಯಾಚಾರ, ಇಂಗ್ಲೀಷರ ಗುಲಾಮಿ, ಸ್ವತಂತ್ರ್ಯ ಸಂಗ್ರಾಮದ ಘಟನೆಗಳು ಮತ್ತು ಸ್ವತಂತ್ರ ಸಂಗ್ರಾಮದ ವೀರ ಸೇನಾನಿಗಳ ವರ್ಣನೆ, ಭಾರತ ದೇಶದಿಂದ ಒಡೆದು ಸ್ವತಂತ್ರವಾದ ಪಾಕಿಸ್ತಾನ, ಬಾಂಗ್ಲಾದೇಶ, ಶ್ರೀಲಂಕಾ, ಬರ್ಮಾದೇಶದ ನಿರ್ಮಾಣ ಪ್ರಥಮ ವಿಶ್ವಯುದ್ಧ, ದ್ವಿತೀಯ ವಿಶ್ವಯುದ್ಧ ಕಂಡು ಹಿಡಿಯಲಾಗದಂತಹ ರೋಗ, ಮಹಾರೋಗ ಬರುವುದು. ಈ ಎಲ್ಲ ಘಟನೆ ಇತಿಹಾಸದಲ್ಲಿ ನಡೆದಿರುತ್ತವೆ. ಮತ್ತು ಈ ಗ್ರಂಥದಲ್ಲಿ ಮುಖ್ಯವಾಗಿ ಭಗವಾನ ಶ್ರೀ ಕಲ್ಕಿ ಮಹಾಪ್ರಭುವಿನ ಭೂ ಅವತರಣ, ಭಕ್ತ ಜನರು ಒಂದುಗೂಡುವುದು, ಸುಧರ್ಮ ಮಹಾ ಮಹಾಸಂಘ ಮತ್ತು 16 ಮಂಡಲಗಳ ಸ್ಥಾಪನೆ, ಖಂಡ ಪ್ರಳಯ, ಅಗ್ನಿ ಪ್ರಳಯ, ಜಲ ಪ್ರಳಯ, ಭೂಕಂಪ, ರೋಗ ಮಹಾಮಾರಿ ಮತ್ತೇ ಪರಮಾಣುವಿನ ತೃತೀಯ ವಿಶ್ವ ಯುದ್ಧದಿಂದ ಹಿಡಿದು ಅನಂತಯುಗ, ಅರ್ಧ ಸತ್ಯಯುಗದ ಆಗಮನದವರೆಗಿನ ಸಂಪೂರ್ಣ ವರ್ಣನೆಯನ್ನು ಮಾಡಲಾಗಿದೆ | ಭವಿಷ್ಯ ಮಾಲಿಕಾ ಪುರಾಣದ ಅನುಸಾರವಾಗಿ ಇನ್ನಿ 2032ರ ಮೊದಲೇ ಸಂಪೂರ್ಣ ವಿಶ್ವದಲ್ಲಿ ಎಲ್ಲಾ ಧರ್ಮಗಳು ಮತ್ತು ಪಂತಗಳು ಪುನರ ಘಟನೆಯಾಗಿ ಸಂಪೂರ್ಣ ವಿಶ್ವದಲ್ಲಿ ಕೇವಲ ಸತ್ಯ ಸನಾತನ್ ಧರ್ಮದ ಸ್ಥಾಪನೆಯಾಗುವುದು. ಈ ಗ್ರಂಥವು ಬರುವ ಮಹಾವಿನಾಶದಿಂದ ರಕ್ಷಣೆಯನ್ನು ಪಡೆದುಕೊಳ್ಳಲು ಸಂಪೂರ್ಣ ವಿಶ್ವದಲ್ಲಿ ಇದೊಂದೆ ಎಚ್ಚರಕೆಯ ಘಂಟೆಯಾಗಿದೆ ಮತ್ತು ಇದೇ ಒಂದು ಸಂಜೀವಿನಿಯಾಗಿದೆ.

ಪಂಡೀತ ಶ್ರೀ ಕಾಶಿನಾಥ ಮಿಶ್ರಾಜೀಯವರು 40 ವರ್ಷದಕ್ಕಿಂತ ಹೆಚ್ಚು ಸಮಯವನ್ನು ಮಾಲಿಕೆಯ ಅಧ್ಯಯನವವನ್ನು ಮಾಡಿ ಮತ್ತೇ ಅನುಮೋದನೆಯಿಂದ ಇಂದು ವಿಶ್ವದಲ್ಲಿ ಮೊದಲ ಬಾರಿಗೆ "ಭವಿಷ್ಯ ಮಾಲಿಕಾ" ಗ್ರಂಥ ಪ್ರಥಮ ಖಂಡವನ್ನು ಹಿಂದಿ ಸಹಿತ ಸಂಪೂರ್ಣ ವಿಶ್ವದಲ್ಲಿ 150ಕ್ಕಿಂತ ಹೆಚ್ಚು ದೇಶಗಳ ಬೇರೆ ಬೇರೆ ಭಾಷೆಗಳಲ್ಲಿ ಪ್ರತಿಪಾದಿಸುತ್ತ ಲೋಕಾರ್ಪಣೆ ಮಾಡುವವರಿದ್ದಾರೆ. ಈ ಗ್ರಂಥದಲ್ಲಿ ಬರುವಂತಹ ಮಹಾವಿನಾಶ ಮತ್ತು ಪಲಿವರ್ತನದ ಹೆಚ್ಚಿನ ಭವಿಷ್ಯ ವಾಣಿಯನ್ನು ಶತ ಪ್ರತಿಶತ ವರ್ಣನೆಯನ್ನು ಮಾಡಲಾಗಿದೆ. ಆದ್ದರಿಂದ ಮುಂದೇ ಬರುವ ಮಹಾವಿನಾಶಕ್ಕಿಂತ ಮೊದಲೆ ಮನುಷ್ಯ ಸಮಾಜಕ್ಕೆ ಚೇತಾವಣೆಯು ಸಿಗಲೆಂದು ಮತ್ತು ಮನುಷ್ಯ ಸಮಾಜ ಸನಾತನ ಆರ್ಯ್ಯ ವೈದಿಕ ಪರಂಪರೆಯ ಪಾಲನೆ ಮಾಡಿ ಈ ವಿನಾಶದಿಂದ ರಕ್ಷಣೆ ಪಡೆದುಕೊಳ್ಳಬಹುದು.

|| ಜೈ ಶ್ರೀ ಮಾಧವ ||

ಕಲಿಯುಗ ಅತೀಕ್ರಾಂತ (ಅಂತ್ಯ) ವಾಗಿರುತ್ತದೆ. ಶಾಸ್ತ್ರೀಯ ಧಾರಾ ಮತ್ತೆ ಮನುಸ್ಮೃತಿಯ ಆಧಾರದ ಮೇಲೆ ವಿಶೇಷ ರೂಪದಿಂದ ನಾಲ್ಕು ಯುಗದ ಸಮಯವು ನೋಡಲು ಸಿಗುತ್ತದೆ. ಆ ಯುಗಗಳು ಇಂತಿವೆ. ಮೊದಲನೆಯ ಸತ್ಯಯುಗ, ಎರಡನೆಯ ತ್ರೇತಾಯುಗ, ಮೂರನೆಯ ದ್ವಾಪಾರಯುಗ ಮತ್ತು ನಾಲ್ಕನೆಯದೇ ಕಲಿಯುಗ ।

ಈ ನಾಲ್ಕು ಯುಗದ ನಂತರ ಒಂದು ಗುಪ್ತಯುಗ ಬರುತ್ತದೆ ಅದುವೇ ಅನಂತಯುಗ ಅಥವಾ ಅರ್ಧಸತ್ಯಯುಗ ಅಂತಾ ಕರೆಯುತ್ತಾರೆ. ಇದನ್ನು ಪ್ರಮಾಣಿಕರಿಸಲಾಗಿದೆ. ಇದರ ಪ್ರಮಾಣ ಮುಖ್ಯತಃ ಪಂಚಸಖಾರವರಿಂದ ರಚಿತ "ಭವಿಷ್ಯ ಮಾಲಿಕಾ" ಗ್ರಂಥದಲ್ಲಿ ಉಪಲಬ್ಧವಿರುತ್ತದೆ. ಇದಲಿಂದ ಇವತ್ತಿನ ಜನರು ಗುರುತಿಸಲಾರರು ಅಂದರೇ ಈ ಗುಪ್ತ ತತ್ವವು ಸಂಪೂರ್ಣ ವಿಶ್ವ ಮಾನವ ಸಮಾಜದ ಉದ್ಧಾರಕ್ಕಾಗಿಯೇ ನಿತ್ಯ ನಿರಂತರ ಅವಶ್ಯವಾಗಿದೆ.

ಶಾಸ್ತ್ರದ ಪ್ರಕಾರ ಕಲಿಯುಗದ ಅಂತ್ಯವಾಗಿರುತ್ತದೆ. ಆದುದರಿಂದ ಅದರ ಪ್ರಭಾವವು ಸಂಪೂರ್ಣ ವಿಶ್ವದಲ್ಲಿ ಹಬ್ಬಿರುತ್ತದೆ. ಈಗ ಕಲಿಯುಗದ ಅಂತಿಮ ಅವಸ್ಥೆ ನಡೆಯುತ್ತಿದೆ. ಆದ ಕಾರಣ ಸಂಪೂರ್ಣ ವಿಶ್ವದಲ್ಲಿ ಮಾನವ ಸಮಾಜವನ್ನು ಕಲಿಯು ಬಂಧಿತರೂಪದಲ್ಲಿ ಇಟ್ಟಿರುತ್ತಾನೆ. ವಿಶೇಷ ರೂಪದಲ್ಲಿ ಸಂಸಾರದಲ್ಲಿ ನೋಡಲು ಸಿಗುತ್ತದೆ. ಅಣ್ಣ-ತಮ್ಮಂದಿರ ಮಧ್ಯದಲ್ಲಿ, ಪತಿ-ಪತ್ನಿಯ ಮಧ್ಯದಲ್ಲಿ, ಕುಟುಂಬ-ಕುಟುಂಬದ ಮಧ್ಯದಲ್ಲಿ, ಗ್ರಾಮ-ಗ್ರಾಮದ ಮಧ್ಯದಲ್ಲಿ, ರಾಜ್ಯ-ರಾಜ್ಯ, ದೇಶ-ದೇಶದ ಮಧ್ಯದಲ್ಲಿ ಕಲಿಯು ತನ್ನ ಪ್ರಭಾವವನ್ನು ವಿಸ್ತರಿಸಿದ್ದಾನೆ. ಸಂಪೂರ್ಣ ವಿಶ್ವವು ವಯೋ ವೃದ್ಧ ಪೀಡಿತವಾಗಿರುತ್ತದೆ.

ರೋಗ ಮಹಾಮಾರಿಯಿಂದಾಗಿ ಸಂಪೂರ್ಣ ಜಗತ್ತನ್ನು ಬಂಧನ ಮಾಡಲಾಗಿದೆ. ಔಷಧ ಸೇವನೆಯಿಲ್ಲದೆ ಮಾನವ ಸಮಾಜ ಬದುಕು ನಡೆಸುವುದು ಕಷ್ಟಕರವಾಗಿದೆ.

ಮುಂಬರುವ 8 ವರ್ಷಗಳ ಒಳಗಾಗಿ ಸಂಪೂರ್ಣ ವಿಶ್ವವು ಬಹು ದೊಡ್ಡ ಭಯಾನಕ ಆಪತ್ತಿನ ಸಂಗರ್ಷ ಮಾಡುವ ಸಮಯ ಎದುರಾಗಲಿದೆ.

1) ತೃತೀಯ ವಿಶ್ವಯುದ್ಧ
2) ಅನ್ನ ಸಂಕಟ
3) ವಾಯು ಪ್ರಳಯ
4) ಜಲ ಪ್ರಳಯ
5) ಅಗ್ನಿ ಪ್ರಳಯ
6) ಭೂಕಂಪ
7) ಅಪೌಷ್ಟಿಕತೆ (ಬರ ಪೀಡಿತ) ಆಹಾರ ಕೊರತೆ
8) ಗುರುತಿಸಲಾಗದಂತಹ ರೋಗ / ಮಹಾಮಾರಿ

ಬರುವ ಮುಂದಿನ "2025"ರ ವರ್ಷದಲ್ಲಿ ಮೀನ ರಾಶಿಯಲ್ಲಿ ಶನಿಯು ಪ್ರವೇಶ ಮಾಡುತ್ತಾನೋ ಆಗ ಈ ಎಲ್ಲ ಆಪತ್ತುಗಳು ತೀವ್ರ ಸ್ವರೂಪ ಪಡೆದುಕೊಳ್ಳುತ್ತವೆ. ಬರುವ ಮುಂದಿನ ಸಮಯದಲ್ಲಿ ಎಲ್ಲ ವೈಜ್ಞಾನಿಕ ಯಂತ್ರಗಳು, ಕಂಪ್ಯೂಟರ್, ಸೆಟಲೈಟ್, ಮೋಬೈಲ್ ಇತ್ಯಾದಿ ಎಲ್ಲ ಉಪಕರಣಗಳು ನಿಷ್ಕ್ರೀಯವಾಗುತ್ತವೆ.

ವರ್ತಮಾನ ಸಮಯದಲ್ಲಿ ಎಲ್ಲರ ಮನದಲ್ಲಿ ಒಂದು ಪ್ರಶ್ನೆ ಬಿಚ್ಚೆಯಿದೆ ? ಮನುಷ್ಯ ಸಮಾಜದ ರಕ್ಷಣೆ ಮತ್ತು ಭವಿಷ್ಯ ಏನಾಗಬಹುದು । ಈ ಎಲ್ಲ ಪ್ರಶ್ನೆಗಳಿಗೆ ಉತ್ತರ ಯಾವ ಗ್ರಂಥದಲ್ಲಿ ವರ್ಣನೆ ಇದೆಯೋ ಆ ಅಮೂಲ್ಯ ಗ್ರಂಥದ ಹೆಸರೇ "ಭವಿಷ್ಯ ಮಾಲಿಕಾ" ಗ್ರಂಥ । ಈ ಭವಿಷ್ಯ ಮಾಲಿಕಾ ಗ್ರಂಥದ ಎಲ್ಲ ಪುಸ್ತಕಗಳನ್ನು ಇಂದಿನಿಂದ 600 ವರ್ಷ ಮೊದಲೇ ಓಡಿಸ್ಸಾದಲ್ಲಿ ಜಿನ್ನಿಸಿದ್ಧ.

ಪಂಚಮಹಾಸಖುಗಳು ರಚಿತ ಓಡಿಸ್ಸಾ ಭಾಷೆಯಲ್ಲಿ ಬರೆದಿಡಲಾಗಿದೆ । ಆದಕಾರಣ ಇವತ್ತಿನವರೆಗೆ ಈ ಗುಪ್ತ ಗ್ರಂಥವು ದೇಶದ ಜನಸಾಮಾನ್ಯರ ಗಮನಕ್ಕೆ ಪ್ರಕಾಶ ಮಾನವಾಗದೆ ಉಳಿದಿರುವುದು । ಮಹಾಪ್ರಭು ಶ್ರೀ ಜಗನ್ನಾಥರ ಅಪಾರ ಕೃಪೆಯಿಂದ ನಮ್ಮ ಯುಟ್ಯೂಬ್ ಚಾನೆಲ್ ಕಲ್ಕಿ ಅವತಾರದ ಮಾಧ್ಯಮದಿಂದ ಹಿಂದಿ ಭಾಷೆಯಲ್ಲಿ ಇಸ್ವಿ 2018ರಿಂದ ಭವಿಷ್ಯ ಮಾಲಿಕೆಯ ಪ್ರಾಚರ ಪ್ರಸಾರ ಮಾಡಲಾಗುತ್ತಿದೆ.

ವರ್ತಮಾನ ಸಮಯದ ಉಪಯೋಗ ಮಾಡುತ್ತ ಭಗವಾನರ ನಿರ್ದೇಶನದಂತೆ ಭವಿಷ್ಯ ಮಾಲಿಕೆಯ ಇಂಗ್ಲೀಷ್, ಹಿಂದಿ, ಕನ್ನಡ, ಮರಾಠಿ, ಗುಜರಾತಿ ಇನ್ನೂ ಅನೇಕ ಭಾರತೀಯ ಎಲ್ಲ ಪ್ರಮುಖ ಭಾಷೆಗಳಲ್ಲಿ ಅನುವಾದ ಮತ್ತು ಪ್ರಸಾರ ಮಾಡಲಾಗುವುದು.

ಈ ಗ್ರಂಥದಲ್ಲಿ ವರ್ಣಿಸಿದ ನಿತಿ, ನಿಯಮಗಳನ್ನು ಯಾವ ಜನರು ಪಾಲನೆ ಮಾಡುವರೋ ಆ ಜನರು ಕಲಿಯುಗದಿಂದ ಸತ್ಯಯುಗದಲ್ಲಿ ಪ್ರವೇಶ ಮಾಡಲು ಯೋಗ್ಯರಾಗಿರುತ್ತಾರೆ. ಈ ಉದ್ದೇಶದಿಂದಲೇ ಪಂಚಮಹಾಸಖಾರಿಂದ ರಚಿತ ಮಹಾಪ್ರಭುವಿನ ನಿರ್ದೇಶನದ ಪಾಲನೆ ಮಾಡುತ್ತಾ "ಭವಿಷ್ಯ ಮಾಲಿಕಾ" ಗ್ರಂಥವನ್ನು ರಚನೆ ಮಾಡಿದ್ದಾರೆ.

ಇದರ ಉದ್ದೇಶವು ಯಶಸ್ವಿ ಮತ್ತು ಮಾನವ ಸಮಾಜದ ಕಲ್ಯಾಣಕ್ಕಾಗಿ ಬಹಳಷ್ಟು ಉಪಯುಕ್ತವಾಗಲಿದೆ. ಕೇವಲ ಮಾಲಿಕಾ ಗ್ರಂಥದ ಮಾಧ್ಯಮದಿಂದಲೇ ವಿಶ್ವ ಸನಾತನ ಧರ್ಮದ ಪ್ರಚಾರ/ಪ್ರಸಾರವಾಗಲಿದೆ. ಮತ್ತು ಭಕ್ತ ಜನರ ಒಂದುಗೂಡುವುದು ಮತ್ತೆ ಅಂತ್ಯದಲ್ಲಿ ಒಂದೇ ಸತ್ಯ ಸನಾತನ ಧರ್ಮ ಇಡೀ ವಿಶ್ವದಲ್ಲೇ ಸ್ಥಾಪನೆಯಾಗುವುದು ।

ಉಕ್ತ ಭವಿಷ್ಯ ಮಾಲಿಕಾ ಗ್ರಂಥವನ್ನು ನಾವು ವಿಶ್ವದ ಎಲ್ಲ ಸಾಧು, ಸಂತ, ಜ್ಞಾನಿ, ಸಜ್ಜನ ಮತ್ತು ಭಕ್ತಜನರ ಉದ್ಧಾರದ ಉದ್ದೇಶದಿಂದಲೇ ಸಮರ್ಪಣೆ ಮಾಡುತ್ತೇವೆ.

ಅಧ್ಯಾಯ – 1
ಕಲಿಯುಗ ಅಂತ್ಯ ಸಮಯದಲ್ಲಿ ಭವಿಷ್ಯ
ಮಾಲಿಕೆಯ ಅವಶ್ಯಕತೆ

ಯುಗ ಚಕ್ರದ ಪ್ರಕಾರ ಮೊದಲನೆಯದು ಸತ್ಯಯುಗ, ಎರಡನೆಯದು ತ್ರೇತಾಯುಗ, ಮೂರನೆಯದು ದ್ವಾಪರಯುಗ ಮತ್ತೆ ಕೊನೆಯದು ಕಲಿಯುಗ ಆಗಮನವಾಗುತ್ತೆ. ವರ್ತಮಾನ ಸಮಯದಲ್ಲಿ ಕಲಿಯುಗದ ಸಂಪೂರ್ಣ ಆಯುಷ್ಯವೂ ಸಮಾಪ್ತವಾಗಿರುತ್ತದೆ. ಮತ್ತೆ ಯುಗ ಸಂಧ್ಯಾ ಸಮಯ ನಡೆಯುತ್ತಿದೆ ।

ಯಾವುದೇ ಯುಗದ ಅಂತ್ಯ ಮತ್ತು ಒಂದು ಹೊಸ ಯುಗದ ಪ್ರಾರಂಭದ ಸಮಯವನ್ನು ಯುಗಸಂಧ್ಯಾ ಅಥವಾ ಸಂಗಮಯುಗವೆಂದು ಕರೆಯುತ್ತಾರೆ. । ಕಲಿಯುಗದ ಆಯುಷ್ಯ ಮನುಸ್ಮೃತಿಯ ಆಧಾರದ ಮೇಲೆ ನಾಲ್ಕು ಲಕ್ಷ ಮೂವತ್ತೆರಡು ಸಾವಿರ ವರ್ಷ ಅಂತಾ ಮಾನ್ಯತೆವಿರುತ್ತದೆ. ಆದರೂ ಮನುಷ್ಯ ಮಾಡಿದ ಘೋರ ಪಾಪ ಕರ್ಮದಿಂದ 4,27,200 ವರ್ಷ ಕ್ಷಯವಾಗಿ ಹೋಗಿದೆ. (ಕಡಿಮೆಯಾಗಿದೆ) ಕೇವಲ 4800 ವರ್ಷ ಮಾತ್ರ ಭೋಗ ಉಳಿದಿದೆ. ಇದರ ಬಗ್ಗೆ ವರ್ಣನೆ ಸಿಗುತ್ತದೆ. ಮನುಸ್ಮೃತಿಯ ಅನುಸಾರ ಕೆಳಗೆ ಕೊಟ್ಟಿರುವಂತಹ ಶ್ಲೋಕ ಇದರ ಪ್ರಮಾಣ ಕೊಡುತ್ತದೆ.

"ಚತ್ವರ್ಯಾಹೂ ಸಹಸ್ರಾಣಿ ತತ್ತ್ವತಮ್ ಯುಗಮ್
ತಸ್ಯ ತಾಬಖ್ಷತಿ ಸಂಧ್ಯಾ ಸಂಧ್ಯಾಷ್ಟ ತಥಾವಿದೆ"
ಮೇಲೆ ಕಾಣಿಸಿದ ಶ್ಲೋಕದ ಭಾವಾರ್ಥ ಹೀಗಿರುತ್ತದೆ.

ನಾಲ್ಕು ಸಾವಿರ ವರ್ಷದ ನಂತರ ಸತ್ಯಯುಗ ಬರುತ್ತದೆ. ಆ ನಾಲ್ಕು ಸಾವಿರ ವರ್ಷದ ಪರಮ ಆಯು ಜೊತೆ ಅದರ ಸಂಧ್ಯಾ ಕಾಲದ ಅಷ್ಟೇ ಶತವರ್ಷ ಆಗುತ್ತದೆ.

ಅರ್ಥಾತ :

ಕಲಿಯುಗದ ಆಯುಷ್ಯವೂ = 4000 ವರ್ಷ.

ಆರಂಭ ಮತ್ತು ಅಂತ್ಯದ ಎರಡು ಸಂಧ್ಯಾ = 400 x 2 = 800 ವರ್ಷ ಒಟ್ಟು ಕೂಡಿಸಿ 4,800 ವರ್ಷ ಕಲಿಯುಗದ ಭೋಗ ಸಮಯವಾಗುತ್ತದೆ.

ಕಾಲಾಂತರದಲ್ಲಿ ಪಂಚಸಖಾ ಒಬ್ಬರಲ್ಲಿ ಅನ್ಯತಮಸಖಾ ಭಗವಾನ ವಿಷ್ಣುವಿನ ಪರಮ ಸುಧಾಮ ಸಖಾ ಬ್ರಹ್ಮಗೋಪಾಲ ಮಹಾಪುರುಷ ಅಚ್ಯುತಾನಂದದಾಸಕೀ ಮಹಾರಾಜರು ಮಹಾಪ್ರಭು ನೀರಾಕಾರರ ಆದೇಶದಿಂದ ಕಲಿಯುಗದ ಆಯುಷ್ಯವೂ ಭೋಗಾಭೋಗ ಸಮಯವನ್ನು ಮನುಸ್ಮೃತಿಯಲ್ಲಿ ವರ್ಣೀತ 4800 ವರ್ಷದ ವರ್ಣನೆಯನ್ನು

ಮತ್ತೇ ಬದಲಾವಣೆ ಮಾಡಿ ಭವಿಷ್ಯ ಮಾಳಿಕೆಯಲ್ಲಿ ೫೦೦೦ ವರ್ಷ ಅಂತಾ ಉಲ್ಲೇಖಿಸಿದ್ದಾರೆ
।

"ಚಾರಿ ಲಕ್ಷ ಜೆ ಬತೀಶ ಸಹಸ್ರ
ಕಲಿಯುಗ ರ ಅಟಣ ಆಯುಷ್ಯ ।
ಪಾಪ ಭಾರಾ ರೇ ಕಲಿ ತುಟಿಚೆಬ
ಪಾಂಚ ಸಹಸ್ರ ಕಲಿ ಭೋಗ ಹೋಇಬ ॥"

ಮೇಲೆ ಬರೆದಂತ ಪಂಕ್ತಿಯಲ್ಲಿ ಅಚ್ಯುತಾನಂದದಾಸ ಮಹಾರಾಜರು ಹೇಳುತ್ತಾರೆ. ಕಲಿಯುಗದ ಆಯುವು 4,32,000 ವರ್ಷ ಇದೆ । ಆದರೆ ಮನುಷ್ಯ ಮಾಡಿದ ಪಾಪ, ಕರ್ಮ ಕಾರ್ಯದಿಂದ ಇದರ ಆಯುಷ್ಯವೂ ಕೇವಲ ೫೦೦೦ ವರ್ಷ ಭೋಗವಾಗಿರುತ್ತದೆ. ವರ್ತಮಾನದಲ್ಲಿ ಮಾ ಚಿರಣಾ ಪಂಚಿಕಾ, ಜಗನ್ನಾಥ ಪಂಚಿಕಾ, ಕೋಹಿನೂರ ಪಂಚಿಕಾ ಇತ್ಯಾದಿಗಳ ಲೆಕ್ಕಾಚಾರ ಪ್ರಕಾರ ಕಲಿಯುಗದ ಆಯುವೂ ಪ್ರಾರಂಭದಿಂದ ಇಲ್ಲಿಯವರೆಗೆ 5125 ವರ್ಷ ಭೋಗ ನಡೆಯುತ್ತಿದೆ. ಇದರ ಅರ್ಥ ಕಲಿಯುಗ ಸಂಪೂರ್ಣ ರೂಪದಿಂದ ಸಮಾಪ್ತವಾಗಿರುತ್ತದೆ. ಮತ್ತೇ ನಾವು ಯುಗಸಂಧ್ಯಾ ಅಥವಾ ಸಂಗಮ ಯುಗದಲ್ಲಿ ಪಾದಾರ್ಪಣೆ ಮಾಡಿರುತ್ತೇವೆ.

ಇದರಿಂದ ವರ್ತಮಾನ ಸಮಯದಲ್ಲಿ ಮಾನವ ಸಮಾಜದ ಕಲ್ಯಾಣದ ಉದ್ದೇಶದಿಂದ ಭವಿಷ್ಯ ಮಾಳಿಕಾ ಗ್ರಂಥದ ಅತೀ ಅವಶ್ಯಕವಾಗಿರುತ್ತದೆ.

ಮತ್ತೆ ಮಹಾಪುರುಷ ಅಚ್ಯುತಾನಂದದಾಸರು ಭವಿಷ್ಯ ಮಾಳಿಕೆಯಲ್ಲಿ ವಿವರಿಸಿರುತ್ತಾರೆ.

"ಸಂಸಾರ ಮಧ್ಯರೇ ಕೆಮಂತ ಅಣಿಬಿ
ನರ ಅಂಗೆ ದೇಹ ಬಹಿ
ಗತ ಆಗತ ಜೆ ಯುಗರ ವ್ಯವಸ್ಥ
ಸಮಸ್ತಾಂಕು ಇಣಾ ನಾಹಿ"
(ಶಿವಕಲ್ಪ ನವಖಂಡ ನಿರ್ಗಂಟ)

ಮಹಾಪುರುಷ ಅಚ್ಯುತಾನಂದದಾಸ ಮಹಾರಾಜರು "ಮಾಳಿಕಾ ಗ್ರಂಥ" ಶಿವಕಲ್ಪ ನವಖಂಡ ನಿರ್ಗಂಟದಲ್ಲಿ ವರ್ಣನೆ ಮಾಡಿರುವಂತೆ ಮನುಷ್ಯನು ಮಾಯಾ, ಮೋಹದಲ್ಲಿ ಭ್ರಮಿತರಾಗಿ ಯುಗ ಪರಿವರ್ತನ ಅಥವಾ ಅದಕ್ಕಿಂತ ಮೊದಲೇ ಬರುವ ಆಪತ್ತಿನ ಸಂಬಂಧಿಸಿದ ಮಾತುಗಳನ್ನು ಅರಿಯಲಾರನು । ಜ್ಞಾನಿ ಸಜ್ಜನರೂ ಕೂಡಾ (ಪಥಭ್ರಷ್ಟ) ವಚನಭ್ರಷ್ಟರಾಗಿ, ಭ್ರಮಿತರಾಗಿ ಚಿದುತ್ತಾರೆ. ಮತ್ತೆ ಆಧ್ಯಾತ್ಮಿಕ ಪರಿವೇಶದಲ್ಲಿ

ದೊಡ್ಡ ದೊಡ್ಡ ಮಾತುಗಳನ್ನು ಮಾತನಾಡುವರು. ಈಗ ಕಲಿಯುಗದ ಬಾಲಾವಸ್ಥೆ ನಡೆದಿದೆ ಅಂತಾ ಹೇಳುವರು.

"ಉದಯತಿ ಃ ಯದಿಭಾನು

ಪಶ್ಚಿಮ ದಿಗ ವಿಭಾಗೆ

ಚಿಕಶತಿ ಯದಿ ಪದ್ಮ ಪರ್ವತಾನಾ ಶಿಖಾಗ್ರೆ ।

ಪ್ರಚಲತಿ, ಯದಿ ಮೇರು ಶಿಸ್ತೆ ತಾಪತಿ ಬನ್ನೀ

ನಟಲಂತಿ ಖಡು ವಾಕ್ಯ ಸಜ್ಜನಾನ ಕದಾಚಿತ"

ಅರ್ಥಾತ :

ಬರುವ ಮುಂದಿನ ಸಮಯದಲ್ಲಿ ಸೂರ್ಯದೇವ ಪಶ್ಚಿಮ ದಿಕ್ಕಿನಲ್ಲಿ ಉದಯವಾಗಬಹುದು ಪರ್ವತ ಶಿಖರಗಳಲ್ಲಿ ಕಮಲ ಅರಳಬಹುದು. ಉತ್ತರ ದಕ್ಷಿಣ ಮೇರುಗಳು ತಮ್ಮ ದಿಕ್ಕುಗಳು ಬದಲಾಯಿಸಬಹುದು. ಬೆಂಕಿಯೂ ತಂಪನ್ನು ಪ್ರಧಾನ ಮಾಡಬಹುದು. ಮತ್ತೇ ಹೀಮವೂ ಶಾಖವನ್ನು ಪ್ರಧಾನ ಮಾಡಬಹುದು । ಆದರೇ ಮಾಲಿಕಾಗ್ರಂಥದಲ್ಲಿ ವರ್ಣಿಸಿದಂತೆ ಮಹಾಪುರುಷ ಅಚ್ಯುತಾನಂದದಾಸರ ವಾಣೆಯನ್ನು ಯಾವುದೇ ಸಂತ, ಸಜ್ಜನ ಮತ್ತು ಮಹಾಪುರುಷರು ಈ ವಾಣೆಯನ್ನು ಯಾರಿಂದಲೂ ಬದಲಾಯಿಸಲು ಸಾಧ್ಯವಿಲ್ಲ.

ಅಧ್ಯಾಯ – 2
ಭವಿಷ್ಯ ಮಾಲಿಕಾ ಗ್ರಂಥವನ್ನು ರಚಿಸಿದವರು ಯಾರು ?

ಸತ್ಯ, ತ್ರೇತಾ, ದ್ವಾಪರ ಮತ್ತು ಕಲಿಯುಗ ಈ ನಾಲ್ಕು ಯುಗಗದಲ್ಲಿ ಭಗವಾನರ ಪಂಚಮಹಾ ಸಖಾ ಈ ಭೂಮಿಯ ಮೇಲೆ ಜನ್ಮ ತಾಳಿರುತ್ತಾರೆ. (ಅವತಾರ) ಯುಗದ ಅಂತ್ಯದಲ್ಲಿ ಭಗವಾನ ವಿಷ್ಣುವಿನ ಧರ್ಮ ಸಂಸ್ಥಾಪನದ ಕಾರ್ಯದಲ್ಲಿ ಪಂಚಸಖಾ ತಮ್ಮ ಸಹಯೋಗ ಮಾಡುತ್ತಾರೆ. ಯುಗ ಕರ್ಮ ಮುಗಿದ ನಂತರ ಭಗವಾನ ವಿಷ್ಣು ಘೋಲಕ ವೈಕುಂಠಕ್ಕೆ ಮರಳುತ್ತಾರೆ. ಪಂಚಸಖಾರ ಜನ್ಮ ಭಗವಾನರ ಅಂಶದಿಂದಲೇ ಆಗಿರುತ್ತದೆ. ಪ್ರತಿಯೊಂದು ಯುಗದಲ್ಲಿಯೂ ವಿಭಿನ್ನ ವಿಭಿನ್ನ ರೂಪದಲ್ಲಿ ಈ ಪಂಚಮಹಾಸಖರು ಭೂಮಿಯ ಮೇಲೆ ಅವತಾರ ತಾಳುತ್ತಾರೆ.

ಭವಿಷ್ಯ ಮಾಲಿಕಾ ಗ್ರಂಥ ಮತ್ತು ಪುರಾಣಗಳಲ್ಲಿ ಇದರ ಪ್ರಮಾಣವೂ ಸಿಗುತ್ತದೆ. ಸತ್ಯಯುಗದಲ್ಲಿ ಈ ಪಂಚಮಹಾಸಖಿಗಳ (5 ಸಖಾಗಳು) ಹೆಸರುಗಳು ಇಂತಿವೆ. ನಾರದ, ಮಾರ್ಕಂಡೆಯ, ಗರ್ಗವ, ಸ್ವಯಂಭೂ ಮತ್ತು ಕೃಪಾಜಲ. ಸತ್ಯಯುಗದ ಅಂತ್ಯದಲ್ಲಿ ತಮ್ಮ ತಮ್ಮ ಕೆಲಸಗಳನ್ನು ಸಮಾಪ್ತಗೊಳಿಸಿದ ನಂತರ ಈ ಪಂಚಸಖರು ಮತ್ತೆ ಘೋಲಕ ವೈಕುಂಠಕ್ಕೆ ಮರಳುತ್ತಾರೆ.

ಮತ್ತೆ ತ್ರೈತಾಯುಗದ ಅಂತ್ಯದಲ್ಲಿ ಭಗವಾನ ಶ್ರೀರಾಮ ಚಂದ್ರರ ಧರ್ಮ ಸಂಸ್ಥಾಪನದ ಸಮಯದಲ್ಲಿ ಈ ಪಂಚಮಹಾಸಖರು ಮತ್ತೇ ಜನ್ಮತಾಳಿದ್ದರು.

ಆ ಸಮಯದಲ್ಲಿ ಅವರ ಹೆಸರುಗಳು ಇಂತಿವೆ. ನಲ, ನೀಲ, ಜಾಂಬವಂತ, ಶುಷೇಣ ಮತ್ತು ಹನುಮಾನ ಅದಾಗ್ಯೂ ಹನುಮಾನರು ರುದ್ರಾವತಾರ ರೂಪದಲ್ಲಿ ಜನ್ಮತಾಳಿದ್ದರು. ಆದರೂ ಪಂಚಮಹಾಸಖಾರಲ್ಲಿ ಒಬ್ಬ ಸಖರಾಗಿ ಶ್ರೀ ರಾಮಚಂದ್ರರ ಧರ್ಮ ಸಂಸ್ಥಾಪನಾ ಕಾರ್ಯದಲ್ಲಿ ಅವರು ಪ್ರಭುವಿಗೂ ಸಹಾಯ ಮಾಡಿದ್ದರು.

ಅದೇ ರೀತಿ ತ್ರೇತಾಯುಗದಲ್ಲಿ ತಮ್ಮ ತಮ್ಮ ಕಾರ್ಯಗಳನ್ನು ಸಮಾಪ್ತ ಮಾಡಿದ ನಂತರ ಈ ಪಂಚಮಹಾಸಖರೂ ಮತ್ತೆ ಘೋಲಕ ವೈಕುಂಠಕ್ಕೆ ಮರಳಿದರು.

ಮತ್ತೆ ದ್ವಾಪರ ಯುಗದಲ್ಲಿ ಪಂಚಮಹಾಸಖರು ಮತ್ತೆ ಜನ್ಮ ತಾಳಿದರು. ಮತ್ತು ಶ್ರೀ ಕೃಷ್ಣರ ಆಗಮನ ಮತ್ತು ಧರ್ಮ ಸಂಸ್ಥಾಪನಾ ಕಾರ್ಯದಲ್ಲಿ ಅವರೆಲ್ಲರೂ ತಮ್ಮ ತಮ್ಮ ಕಾರ್ಯದಲ್ಲಿ ಕೈಜೋಡಿಸಿದ್ದರು. ದ್ವಾಪರ ಯುಗದಲ್ಲಿ ಪಂಚಮಹಾಸಖರ ಹೆಸರುಗಳು ಇಂತಿವೆ : ದಾಮ, ಸುದಾಮ, ಸುಬಲ, ಸುಭಾಹು ಮತ್ತು ಶ್ರೀಬಛ.

ಮತ್ತೆ ಕಲಿಯುಗದ ಆಗಮನವಾಯಿತು. ಮತ್ತು ಕಲಿಯುಗದ ಅಂತ್ಯದ ಸರಾಸರಿ ೬೦೦ ವರ್ಷ ಮೊದಲೇ ಭಗವಾನರ ಪಂಚಮಹಾಸಖರು ಮತ್ತೆ ಮರುಜನ್ಮ ತಾಳ ಕಲಿಯುಗದಲ್ಲಿ ಪಂಚಮಹಾಸಖರ ಹೆಸರುಗಳು ಇಂತಿವೆ :ಅಚ್ಯುತಾನಂದದಾಸ,

ಶಿಶು ಅನಂತದಾಸ, ಯಶೋವಂತದಾಸ, ಜಗನ್ನಾಥದಾಸ ಮತ್ತು ಬಲರಾಮದಾಸ ಈ ಕಲಿಯುಗದಲ್ಲಿ ಸ್ವಯಂ ನೀರಾಕಾರರ ನಿರ್ದೇಶದಂತೆ ಪಂಚಮಹಾಸಖರು ಭೂಮಿಯ ಮೇಲೆ ಅವತರಿಸಿ ಮತ್ತು ಭಗವಂತನ ನಿರ್ದೇಶನದಂತೆ ಈ ದಿವ್ಯ ಭವಿಷ್ಯ ಮಾಲಿಕಾ ಗ್ರಂಥದ ರಚನೆಯನ್ನು ಮಾಡಿದ್ದಾರೆ.

ಭಗವಾನರು ತಿಳಿಸಿರುವ ವಾಣಿಯಂತೆ ಈ ಭೂಮಿಯ ಮೇಲೆ ಯಾವ ಯಾವ ಸಮಯದಲ್ಲಿ ಪಾಪದ ಭಾರ ಹೆಚ್ಚಾಗುತ್ತೋ ಧರ್ಮದ ಮಹತ್ವವೂ ನಾಶವಾಗುತ್ತದೆ. ಮತ್ತು ಯಾವ ಯಾವ ಜನರ ಮನಸ್ಸಿನಲ್ಲಿ ಧಯಾ, ಕ್ಷಮಾ, ಸ್ನೇಹ, ಪ್ರೇಮ ಇತ್ಯಾದಿಗಳ ವಿರುದ್ಧ ಹಿಂಸೆ, ದ್ವೇಶ, ಕಾಮ, ಕ್ರೋದ, ಇರಿಶಾ ಇತ್ಯಾದಿಗಳು ತುಂಬಿ ಹೋಗುತ್ತವೆ.

ಆಗಾಗ ಯುಗದ ಅಂತ್ಯದಲ್ಲಿ ನನ್ನ ನಾಲ್ಕು ಯುಗದ ಭಕ್ತರ ದುಃಖಗಳನ್ನು ದೂರಮಾಡಲು ಮತ್ತು ಪೃಥ್ವಿಯ ಮೇಲೆ ಸತ್ಯ, ಶಾಂತಿ, ದಯಾ ಕ್ಷಮಾ ಮತ್ತು ಪ್ರೇಮದ ಸ್ಥಾಪನೆ ಮಾಡಿ ಭೂಮಾತೆಯ ಭಾರವನ್ನು ಕಡಿಮೆ ಮಾಡಲು ದುಷ್ಟ ಜನರ ನಾಶ ಮಾಡಿ,

ಸಂತ ಜನರ ರಕ್ಷಣೆ ಮಾಡುವ ಉದ್ದೇಶದಿಂದ ನಾನು ಈ ಭೂಮಿಯ ಮೇಲೆ ಕಲ್ಕಿ ರೂಪದಲ್ಲಿ ಅವತಾರ ತಾಳುತ್ತೇನೆ.

ನಾನು ಬರುವಕ್ಕಿಂತ ಮೊದಲೆ ನೀವು (ಪಂಚಮಹಾಸಖಖಾಗಳು) ಧರ್ಮ ಪುನರ ಸ್ಥಾಪನೆ ಮಾಡುವ ಉದ್ದೇಶದಿಂದ ಮತ್ತು ನಾಲ್ಕು ಯುಗದ ಭಕ್ತರನ್ನು ಉದ್ಧಾರ ಮಾಡುವ ಉದ್ದೇಶದಿಂದ ಭಕ್ತರನ್ನು ಒಂದುಗೂಡಿಸಲು ಮತ್ತು ಅವರನ್ನು ಭ್ರಷ್ಟಾಚಾರ ಮಾರ್ಗದಿಂದ ಸತ್ಯ ಮಾರ್ಗದಲ್ಲಿ ತರುವ ಉದ್ದೇಶದಿಂದ ಭವಿಷ್ಯ ಮಾಲಿಕಾ ಗ್ರಂಥದ ರಚನೆ ಮಾಡಿದ್ದಾರೆ.

ಅದಕ್ಕಾಗಿ ಅಚ್ಯುತಾನಂದದಾಸರು ಬರೆಯುತ್ತಾರೆ.

"ಹೇತು ರಸಾಯಿಖಾ ಪಾಯಿ ಕೀ
ಅಚ್ಯುತ ಸಹಾಸ್ತ ಪುರಾಣ ಕಲೆ ।
ಕಲಿ ಕಾಲ ತಾರು ಬಲಿ ಕಾಲ
ಚಾಯೇ ಹಕ ಕಥಾ ಟಾ ಲೆಖಿಲೆ "

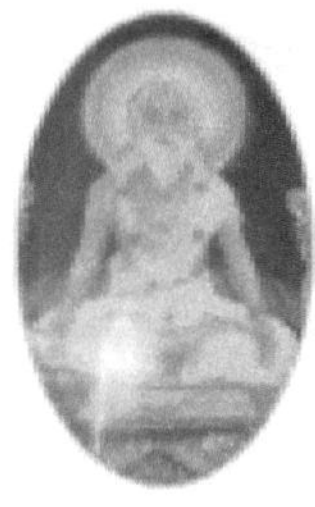

ಅರ್ಥಾತ :

ಭಕ್ತ ಜನರ ಸೂಪ್ತ ಚೇತನಾ ಶಕ್ತಿಯನ್ನು ಜಾಗ್ರತ ಮಾಡುವ ಉದ್ದೇಶದಿಂದ ಮಹಾಪುರುಷರು ಕಲಿಯುಗದಿಂದ ಸಂಗಮ ಯುಗದವರೆಗೆ ಮತ್ತು ಸಂಗಮ ಯುಗದಿಂದ ಸತ್ಯಯುಗದವರೆಗೆ ಆಗಬೇಕಾದ ಎಲ್ಲ ವಾಣೆಯ ಸತ್ಯತೆಯನ್ನು ಭವಿಷ್ಯ ಮಾಲಿಕಾ ಗ್ರಂಥದ ರೂಪದಲ್ಲಿ ಉಲ್ಲೇಖಿಸಲಾಗಿದೆ । ಇದನ್ನು ಪಠಣ ಮಾಡುವ ಕಲಿಯುಗದ ಭಕ್ತಜನರ ಚೇತನಾ ಶಕ್ತಿಯು ಜಾಗೃತವಾಗುತ್ತದೆ   ಮತ್ತು   ಅವರ ಭಗವಂತನನ್ನು ಶೋಧಿಸಿ ಅವರಲ್ಲಿ ಶರಣಾಗುತ್ತಾರೆ ।

ಮಹಾಪ್ರಭು ಅನಾದಿ ಆದಿಕಂದ ಹರಿ ಜಗತ್ತಿನ ನಾಥ ಜಗನ್ನಾಥನು ಮಹಾಪುರುಷ ಅಚ್ಯುತಾನಂದದಾಸರಿಗೆ ಒಂದು ಕಮಲದ ಮಾಲೆಯನ್ನು ಕೊಟ್ಟು ನಿರ್ದೇಶನ ಕೊಟ್ಟಿದ್ದರು. ಯಾವ ಸ್ಥಾನದಲ್ಲಿ ಈ ಮಾಲೆಯ ಎಲ್ಲಾ ಹೂಗಳು ಹರಿದು ಚಲ್ಲಾಪಿಲ್ಲಿಯಾಗುತ್ತವ್ಪೋ ಅದೇ ಸ್ಥಾನದಲ್ಲಿ ನಿಮ್ಮ ಸಾಧನೆಯ ಪೀಠವಾಗುತ್ತದೆ ।

ಪ್ರಭು ಜಗನ್ನಾಥರ ನಿರ್ದೇಶನದಂತೆ ಆಜ್ಞಾ ಮಾಲೆಯನ್ನು ತೆಗೆದುಕೊಂಡು ಪವಿತ್ರ ಶ್ರೀ ಕ್ಷೇತ್ರದಿಂದ ಹೊರಟು ಬಹಳಷ್ಟು ರಸ್ತೆಗಳಿಂದ ದಾಟಿ ಮುಂದೆ ಮುಂದಕ್ಕೆ ಹೋಗಿ ಆಗ ಒಡಿಸ್ಸಾದ ಕೇಂದ್ರಪಾಡಾ ಜಿಲ್ಲೆಯ ನೇಮಾಲ ಚಿತ್ರೋತ್ಪಲಾ ನದಿಯ ತಟದಲ್ಲಿ ಒಂದು ಪವಿತ್ರ ಸ್ಥಾನದಲ್ಲಿ ತಲುಪಿದ ನಂತರ ಅದೇ ಸ್ಥಾನದಲ್ಲಿ ಮಾಲೆಯ ಕೊನೆಯ ಹೂ ಹರಿದು ಬಿತ್ತು. ಮತ್ತು ಎಲ್ಲ ಹೂಗಳು ಮುಗಿದವು । ಆ ಸ್ಥಾನವನ್ನು ಶಾಸ್ತ್ರದ ಪ್ರಕಾರ ಸತ್ಯ ಯುಗದಲ್ಲಿ ಸಮುದ್ರ ಮಂಥನದಿಂದ ಬಂದಂತಃ ಪದ್ಮದ ಹೂ ಕೂಡಾ ಅದೇ ಸ್ಥಳದಲ್ಲಿ ಬಿದ್ದಿತ್ತು । ಆದಕಾರಣ ಆ ಸ್ಥಾನವನ್ನು ಪದ್ಮವನವೆಂದು ಕರೆಯುತ್ತಾರೆ ।

ಮಹಾಪುರುಷ ಅಚ್ಯುತಾನಂದದಾಸರು ಆ ಸ್ಥಾನದಲ್ಲಿಯೇ ತಮ್ಮ ಸಾಧನೆಯನ್ನು ಆರಂಭ ಮಾಡಿದರು. ಆ ಸ್ಥಾನದಲ್ಲಿಯೇ ಜ್ಞಾನ ಮಗ್ನರಾಗಿ ಸತ್ಯ, ತ್ರೇತಾ, ದ್ವಾಪರ ಮತ್ತು ಕಲಿ ಈ ನಾಲ್ಕು ಯುಗದ ಭಕ್ತರನ್ನು ಉದ್ಧಾರ ಮಾಡುವ ಉದ್ದೇಶದಿಂದ ಲಕ್ಷ ಲಕ್ಷ ಶಾಸ್ತ್ರ ಪುರಾಣಗಳ ರಚನೆ ಮಾಡಿದ್ದಾರೆ. ಅದೇ ಸ್ಥಳವೂ ಕಾಲಾಂತರ ಮಹಾಪುರುಷ ಅಚ್ಯುತಾನಂದದಾಸರ ಸಿದ್ಧಿ ಸ್ಥಳದ ರೂಪದಲ್ಲಿ ಜನಸಾಮಾನ್ಯರ ಮುಂದಿದೆ.

ಅಚ್ಯುತಾನಂದರು ಪ್ರಭುವಿನ ಶ್ರೀ ಚರಣ ಕಮಲಗಳಲ್ಲಿ ಧ್ಯಾನ ಮಾಡುವ ಅದೇ ಸಿದ್ಧಿ ಸ್ಥಳದ ಬಗ್ಗೆ ಬರೆದಿದ್ದಾರೆ ।

"ಶ್ರೀ ಅಚ್ಯುತಾದಾಸ ನೇಮಾಲೆ ನಿವಾಸ ಪದ್ಮ ಬನೇ ತಾಂಕ ಸ್ಥಿತಿ,
ಪ್ರಭು ಕೃ ಆಜ್ಞಾ ರೂ ಅನುಭವ ಕರಿ ಲಕ್ಷೇ ಗ್ರಂಥ ಲೇಖಿಚಂತಿ ।
ಚತಿಸ ಸಂಹಿತಾ ಬಾಸ್ತರಿ ಗೀತಾ ವಂಶಾನು ಸಪ್ತ ಚಿನ್ಸ್ ರೇ
ಉಪಚಂಶಾನು, ದ್ವಾದಸ ಖಂಡ ಬೇನಿ ಭವಿಷ್ಯ ಸಪ್ತ ಖಂಡರೇ"

ಅರ್ಥಾತ :

ಮಹಾಪುರುಷ ಅಚ್ಯುತಾನಂದದಾಸರು ಆ ಪವಿತ್ರ ಸ್ಥಾನದಲ್ಲಿ ಧ್ಯಾನ ಮಗ್ನರಾಗಿ ಒಂದು ಲಕ್ಷಕ್ಕಿಂತ ಹೆಚ್ಚು ಗ್ರಂಥಗಳನ್ನು ರಚನೆ ಮಾಡಿದ್ದಾರೆ. ಅದರಲ್ಲಿಯ 36 ಸಂಹಿತಾ, 72 ಗೀತಾ, 27 ವಂಶಾನು ಚರಿತ್ರ, 24 ಉಪವಂಶಾನು ಚರಿತ್ರ ಮತ್ತು 100 ಮಾಲಿಕಾ ಗ್ರಂಥಗಳನ್ನು ರಚನೆ ಮಾಡಿರುತ್ತಾರೆ | ಇವರನ್ನು ಬಿಟ್ಟು ಇನ್ನೂಳಿದ ನಾಲ್ಕು ಪಂಚಮಹಾಸಖರಾದಂತಹ ಶಿಶುಅನಂತದಾಸಜೀ ಮಹಾರಾಜ, ಯಶವಂತದಾಸಜೀ ಮಹಾರಾಜ, ಜಗನ್ನಾಥಜೀ ಮಹಾರಾಜ ಮತ್ತು ಬಲರಾಮದಾಸಜೀ ಮಹಾರಾಜರೂ ಕೂಡಾ ಬಹಳಷ್ಟು ಮಾಲಿಕಾ ಗ್ರಂಥಗಳ ರಚನೆಯನ್ನು ಮಾಡಿದ್ದಾರೆ |

ಈ ಎಲ್ಲ ಗ್ರಂಥಗಳ ರಚನೆ ಮಾಡಿದ ತರುವಾಯವೂ ಪಂಚಸಖಾ ಬರೆಯುತ್ತಾರೆ. ನಾವುಗಳು ಏನನ್ನು ಬರೆದಿರುವದಿಲ್ಲ, ಇದೆಲ್ಲವೂ ಮಹಾಪ್ರಭುವಿನ ಆಜ್ಞೆಯಿಂದ ವಿಶ್ವ ಮಾನವ ಕಲ್ಯಾಣಕೋಸ್ಕರ ಭವಿಷ್ಯ ಮಾಲಿಕಾ ಗ್ರಂಥದ ರಚನೆಯಾಗಿರುತ್ತದೆ | ಸತ್ಯಯುಗದಲ್ಲಿ ತಪಿ, ತ್ರೇತಾಯುಗದಲ್ಲಿ ಕಪಿ, ದ್ವಾಪರಯುಗದಲ್ಲಿ ಗೋಪಿ ಮತ್ತು ಕಲಿಯುಗದಲ್ಲಿ ಭಕ್ತರ ರೂಪದಲ್ಲಿ ನಾಲ್ಕು ಯುಗದ ಭಕ್ತರು ಈ ಅನಂತಯುಗದಲ್ಲಿ ಮತ್ತೆ ಭೂಮಿಯ ಮೇಲೆ ಜನ್ಮ ತಾಳಿದ್ದಾರೆ. ಅವರ ಸೂಕ್ತ ಚೇತನಾ ಶಕ್ತಿಯನ್ನು ಜಾಗ್ರತ ಮಾಡಲಿಕೋಸ್ಕರ ಮತ್ತು ಪ್ರಭುವಿನ ಲೀಲೆಯಲ್ಲಿ ಸಮ್ಮಿಲಿತವಾಗುವ ಸಮಯ ಬಂದಿದೆ, ಈ ವಿಷಯದ ಬಗ್ಗೆ ಜನರಲ್ಲಿ ಜಾಗೃತಿ ಮಾಡಿಸುವ ಉದ್ದೇಶದಿಂದ ಹೋಲಕ ವೈಕುಂಠದ ಪೂರ್ಣ ಸಂಸ್ಕಾರವನ್ನು ಜಾಗ್ರತ ಮಾಡುವ ಉದ್ದೇಶದಿಂದ ಪಂಚಸಖಾರಿಂದ ರಚಿತ ಮಾಲಿಕಾ ಗ್ರಂಥದ ಸೃಷ್ಟಿಯಾಗಿರುತ್ತದೆ | ಭಕ್ತರು ವಿಶ್ವದ ಯಾವುದೇ ಮೂಲೆಯಲ್ಲಿದ್ದರೂ ಮಾಲಿಕೆಯನ್ನು ಅಧ್ಯೇಸಿಕೊಳ್ಳುವ ಅಥವಾ ಮಾಲಿಕಾ ಪಾಠದ ತರುವಾಯ ಅವರ ಪೂರ್ವ ಚೇತನಾ ಶಕ್ತಿಯು ಜಾಗೃತವಾಗುತ್ತೆ ಮತ್ತೆ ಅವರಿಗೆ ಪ್ರಭುವಿನ ಆಸ್ಥಾನ (ಸನ್ನಿಧಿ) ಸಿಗುತ್ತದೆ. ಅವರು ಪ್ರಭುವಿಗೆ ಶರಣು ಹೋಗುತ್ತಾರೆ | ನಾಲ್ಕು ಯುಗದ ಭಕ್ತ ಜನರು ಪ್ರಭುವಿನ ಚರಣಗಳಲ್ಲಿ ಶರಣು ತೆಗೆದುಕೊಳ್ಳುತ್ತಾರೆ ಮತ್ತು ಅನಂತಯುಗದ ಧರ್ಮ ಸಂಸ್ಥಾಪನಾ ಕಾರ್ಯದಲ್ಲಿ ತಮ್ಮ ಸೇವೆಯನ್ನು ಸಲ್ಲಿಸುತ್ತಾರೆ |

ಭಕ್ತರು ಮಹಾಪ್ರಭುವಿನ ವಾಸಸ್ಥಳದ ಬಗ್ಗೆ ಅರಿತ ಕೂಡಲೇ ಅವರು ಸತ್ಯಯುಗಕ್ಕಾಗಿ ಕೊಟ್ಟಂತಹ ನೀತಿ, ನಿಯಮಗಳನ್ನು ಇಡೀ ವಿಶ್ವದಲ್ಲಿ ಪ್ರಚಾರ, ಪ್ರಸಾರ ಮಾಡುವರು | ಭಕ್ತ ಜನ ಪ್ರಭುವಿನ ನಾಮ ಗುಣ ಮಹಿಮೆಯನ್ನು ಜಯ ಜಯಕಾರ ಮಾಡುವರು | ಧರ್ಮ ಸಂಸ್ಥಾಪನಾ ಕಾರ್ಯದಲ್ಲಿ ತಮ್ಮನ್ನು ತಾವು ಭಾಗಿಯಾಗುವರು. ಆದಕಾರಣ ಅಚ್ಯುತಾನಂದರು ಈ ರೀತಿಯಾಗಿ ಉಲ್ಲೇಖಿಸಿದ್ದಾರೆ.-

"ಭಕತೇ ಉದೆ ಹೋಯಿಖಿ, ಗಾಂವಗಾಂವ ಘುಲಿ ಮೇಲಿ ಕರಿಬೆ ರಾಮಚಂದ್ರರೇ ।
ಹರಿಚರಣೀ ಭಜಿಬೆ, ರಾಮಚಂದ್ರರೇ"

ಅರ್ಥಾತ :

ಭಕ್ತಜನರು ಎಲ್ಲಿಯೇ ಹೋದರು ತಮ್ಮ ತಮ್ಮಲ್ಲಿ ಎಲ್ಲರೊಂದಿಗೆ ಹೊಂದಾಣಿಕೆಯಿಂದ ಕೂಡಿಕೊಂಡು ಭಜನ, ಕೀರ್ತನ ಮತ್ತು ಧರ್ಮದ ಪ್ರಚಾರ ಮಾಡುವರು ।

: ಪಂಚಸಖಾ   ಪರಿಚಯ :

ಮಹಾಪುರುಷ ಅಚ್ಯುತಾನಂದರ ಜನ್ಮ ಇಸವಿ 1485ರಲ್ಲಿ ಒಡಿಸ್ಸಾದ ಕೇಂದ್ರಪಾಡಾ ಜಿಲ್ಲೆಯ ತಿಲಕಣಾ (ತ್ರಿಪುರಾ) ಎಂದು ಕರೆಯುತ್ತಾರೆ. ತಂದೆ ದೀನಬಂದು ಖುಟಿಯಾ ಮತ್ತು ತಾಯಿ ಪದ್ಮಾವತಿಯ ಉದರದಿಂದ ಜನ್ಮ ತಾಳಿದರು ।

ಮಹಾಪುರುಷ ಅಚ್ಯುತಾನಂದದಾಸರು 1,85,000 ಗ್ರಂಥಗಳ ರಚನೆಯನ್ನು ಮಾಡಿದ್ದಾರೆ. ಮತ್ತು ಒಂದು ಜೇಷ್ಠ ಶುಕ್ಲ ಏಕಾದಶಿ ತಿಥಿಯೆಂದು ನೇಮಾಲ ಪೀಠದ ಮೇಲೆ ಸಮಾಧಿ ಸ್ಥಿತಿಯಲ್ಲಿ ಧ್ಯಾನಕ್ಕೆ ಕುಳಿತುಕೊಂಡರು. ಮತ್ತು ಹುಣ್ಣಿಮೆಯ ದಿವಸ ತಮ್ಮ ಇಛ್ಛೆಯಂತೆ ಸಮಾಧಿಯೋಗ ಸ್ವೀಕಾರ ಮಾಡಿದರು. (ಸೂನ್ಯ ಮೇಹಿ ಅಂತರ್ಧಾನ್ ಹೋಗಯಾ)

ಅವರ ಗ್ರಂಥಗಳಲ್ಲಿ - ಹರಿವಂಶ ಪುರಾಣ, ಗೋಪಾಲ ಕ್ಞ ಪೂಗಾಲವೂಲವಡಿ ಖೀಲ ಬಾರಮಾಸಿ ಗೀತಾ, ಸೂನ್ಯ ಸಂಹಿತಾ, ಅಣಾಕಾರ ಬ್ರಹ್ಮಸಂಹಿತಾ, ಮಣಿಬಂದ ಗೀತಾ, ಜುಗಾಜ್ಞಿ ಗೀತಾ, ಜೀಜಸಾಗರ ಗೀತಾ, ಅಭೇದ ಕವಚ, ಅಷ್ಟ ಗುಜ್ಜರಿ, ನವಗುಜ್ಜರಿ, ಶರಣ ಪಂಜರ ಸ್ತೋತ, ಚಿಪ್ರಬಾಜಕ, ಮಾನಮಹಿಮಾ ಮತ್ತು ಬಹಳಷ್ಟು ಭಜನೆಗಳು ಪಟಲ, ರಾಸ, ಜಣಾನ, ಚೌತಿಸಾ (ಒಡಿಸಾ ಭಾಷೆಯ 34 ಅಕ್ಷರದಿಂದ ಪ್ರಾರಂಭವಾಗುವ ಕವಿತೆ) 34 ಪದದ ಕವಿತೆಯನ್ನು ಚೌತಿಸ ಅಂತಾ ಕರೆಯುತ್ತಾರೆ. ಈಕಾ ಮಾಲಿಕಾ ಇತ್ಯಾದಿ ಶ್ರೇಷ್ಠವಿರುತ್ತವೆ ಮತ್ತು ಒಟ್ಟುಗೂಡಿ ಲಕ್ಷ ಗ್ರಂಥಗಳ ರಚನೆಯನ್ನು ಮಾಡಿರುತ್ತಾರೆ.

ಮಹಾಪುರುಷ ಶಿಸು ಅನಂತದಾಸರು ಒಡಿಸ್ಸಾದ ಪುರಿ ಜಿಲ್ಲೆಯ ಭುವನೇಶ್ವರ ಹತ್ತಿರದಲ್ಲಿರುವ ಬಾಲಿ ಪಾಟಣವೆಂಬ ಗ್ರಾಮದಲ್ಲಿ 1488 ರಲ್ಲಿ ತಂದೆ ಕಪೀಲೇಂದ್ರ ತಾಯಿ ಗೌರಾದೇವಿಯ ಉದರದಿಂದ ಜನ್ಮತಾಳಿದ್ದರು I ಇವರು ಕೂಡಾ ಬಹಳಷ್ಟು ಗ್ರಂಥಗಳು ಮತ್ತು ಮಾಳಿಕೆಗಳನ್ನು ರಚನೆ ಮಾಡಿದ್ದರು I ಅವರ ಗ್ರಂಥಗಳಲ್ಲಿ ಒಂದಾದಂತಹ ಹೇತು ಉದಯ, ಭಾಗವತ ಭಕ್ತಿ, ಮುಕ್ತಿದಾಯಕ ಗೀತಾ, ಶಿಶುವೇದ ಈಕಾ, ಸೂನ್ಯ ನಾಮ ಬೇದ, ಅರ್ಥ ತಾರೇಣಿ, ಉದೇಭಾಖರಾ ಈಕ ಭಾಖರಾ ಮತ್ತು ಬಹಳಷ್ಟು ಭಜನೆಗಳನ್ನು ಚೌತಿಸಾ (34) ಮಾಳಿಕಾ ಗ್ರಂಥಗಳ ರಚನೆಗಳನ್ನು ಮಾಡಿರುತ್ತಾರೆ.

ಶ್ರೀ ಜಗನ್ನಾಥದಾಸ ಮಹಾರಾಜರ ಜನ್ಮವೂ ಒಡಿಸ್ಸಾದ ಪುರಿ ಜಿಲ್ಲೆಯ ಕಪಿಲೇಶ್ವರ ಎಂಬ ಗ್ರಾಮದಲ್ಲಿ ಜನಿಸಿದರು. ತಂದೆ ಭಗವಾನದಾಸ ತಾಯಿ ಪದ್ಮಾವತಿ ಉದರದಿಂದ ಜನಿಸಿರು. ಅವರು ಸಂಸ್ಕೃತ ಶ್ರೀಮದ್ ಭಾಗವತ ಗ್ರಂಥವನ್ನು ಮೊಟ್ಟ ಮೊದಲಿಗೆ ಉಡಿಯಾ ಭಾಷೆಯಲ್ಲಿ ಶ್ರೀಮದ್ ಭಾಗವತ ಪುರಾಣದ ರಚನೆಯನ್ನು ಮಾಡಿದ್ದರು. ಆ ನಂತರ ಬಹಳಷ್ಟು ಪುರಾಣ, ಶಾಸ್ತ್ರ ಮತ್ತು ಭವಿಷ್ಯ ಮಾಳಿಕಾ ಗ್ರಂಥಗಳ ರಚನೆಯನ್ನು ಮಾಡಿದ್ದರು I ಅವರ ಗ್ರಂಥಗಳಲ್ಲಿ ಒಂದಾದ ಶೋಲ ಚೌಪದಿ, ಚಾರಿ ಚೌಪದಿ, ತುಲಾಭೀಣಾ, ದಾರುಬ್ರಹ್ಮ ಗೀತಾ, ದೀಕ್ಷಾ ಸಂವಾದ, ಅರ್ಥಕೋಯಿಲಿ, ಮೃಗುಣಿ ಸ್ತೂತಿ, ಗುಪ್ತ ಭಾಗವತ, ಅನಾಮಯ ಕುಂಡಲಿ, ಶ್ರೀ ಕೃಷ್ಣ ಕಲ್ಪಲತಾ, ನಿತ್ಯ ಗುಪ್ತ ಚಿಂತಾಮಣಿ, ನೀಲಾದ್ರಿ ಬಿಲಾಸ ಕಲಿ ಮಾಳಿಕಾ, ಇಂದ್ರ ಮಾಳಿಕಾ ಗ್ರಂಥ ಇತ್ಯಾದಿಗಳು ಪ್ರಮುಖವಾಗಿವೆ I ಅವರ ಶಾಸ್ತ್ರ ಜ್ಞಾನ ಮತ್ತು ಭಕ್ತಿಯಲ್ಲಿ ಲೀನರಾಗಿ ಶ್ರೀ ಚೈತನ್ಯ ಮಹಾಪ್ರಭುವಿವ "ಅತಿಬಡಿ" (ಅತೀದೊಡ್ಡ) ಪುರಸ್ಕಾರದಿಂದ ವಿಭೂಷಿತರಾಗಿದ್ದರು.

ಮಹಾಪುರುಷ ಬಲರಾಮದಾಸರು ಒಡಿಸ್ಸಾ ರಾಜ್ಯದ ಪುರಿ ಜಿಲ್ಲೆಯ ಚಂದ್ರಪುರ ಎಂಬ ಗ್ರಾಮದಲ್ಲಿ 1470 ಕೆಲವು ಕಡೆಗಳಲ್ಲಿ 1482ರಲ್ಲಿ ಅಂತಾ ಹೇಳರುತ್ತಾರೆ. ತಂದೆ ಸೋಮನಾಥ ಮಹಾಪಾತ್ರ ತಾಯಿ ಮಹಾಮಾಯಾದೇವಿಯ ಉದರದಲ್ಲಿ ಜನಿಸಿದ್ದರು I ದಾಢ್ಯತಾ ಭಕ್ತಿ, ದಾಂಡಿ ರಾಮಾಯಣ, ಬ್ರಹ್ಮಾಂಡ ಭೂಗೋಲ, ಬವುಲಾ ಗಾಯಿ ಗೀತ, ಕಮಲ ಲೋಚನ ಚೌತಿಸಾ, ಕಾಂತ ಕೋಯಿಲಿ, ಲಕ್ಷ್ಮೀ ಪುರಾಣ, ಬೇಡಾ ಪರಿಕ್ರಮಾ, ಸಾಪ್ತಾಂಗ ಯೋಗಸಾರ ಈಕಾ, ವಜ್ರ ಕವಚ, ಜ್ಞಾನ ಹುಡಾಮಣಿ (ಗದ್ಯ) ಬ್ರಹ್ಮ ಈಕಾ (ಗದ್ಯ) ಇನ್ನೂ ಅನೇಕ ಶಾಸ್ತ್ರ ಪುರಾಣಗಳನ್ನು ಮತ್ತು ಮಾಳಿಕಾ

ಗ್ರಂಥಗಳನ್ನು ರಚನೆ ಮಾಡಿದ್ದರು. ಅವರು ಸಮಾಧಿ ಯೋಗವನ್ನು ಪುರಿ ಜಿಲ್ಲೆಯ ಸಮಗರಾ ಪಾಠ ಎಂಬ ಸ್ಥಳದಲ್ಲಿ ಮಾಡಿದರು.

ಮಹಾಪುರುಷ ಯಶವಂತದಾಸರ ಜನ್ಮವೂ ಒಡಿಸ್ಸಾದ ಕಟಕ ಜಿಲ್ಲೆಯ ಅಡಂಗ ನಿಕಠಸ್ತ ನಂದಿ ಎಂಬ ಗ್ರಾಮದಲ್ಲಿ ಕ್ಷತ್ರಿಯ ವಂಶದಲ್ಲಿ 1482 (ಕೆಲವು ಕಡೆಗಳಲ್ಲಿ 1486ರಲ್ಲಿ) ಅಂತಾ ಕಂಡು ಬರುತ್ತದೆ. ತಂದೆ ಬಲಭದ್ರ ಮಲ್ಲ ತಾಯಿ ರೇಖಾದೇವಿಯ ಉದರದಿಂದ ಜನ್ಮವಾಯಿತು.

ಅವರು ಚೌರಾಸಿ ಆಜ್ಞಾ ಶಿವ ಸ್ವರದ್ವಯ ಶಕ್ತಿಮಲ, ಪ್ರೇಮ ಭಕ್ತಿ, ಬ್ರಹ್ಮಗೀತಾ, ಈಕಾ ಗೋವಿಂದ ಚಂದ್ರ (ಕರುಣ ರಸದಲ್ಲಿ ತುಂಬಿದ ಕವಿತಾವಿರುವ ಕಾರಣ ಬಂಗಾಲ ಆಸ್ಸಾಂದಿಂದ ಉತ್ತರ ಭಾರತದ ಬಹಳಷ್ಟು ಕ್ಷೇತ್ರಗಳಲ್ಲಿ ಖ್ಯಾತಿಯನ್ನು ಪಡೆದಿದ್ದರು) ಇನ್ನೂಳಿದ ಬಹಳಷ್ಟು ಶಾಸ್ತ್ರ, ಪುರಾಣಗಳ ಜೊತೆ ಜೊತೆಗೆ ಇನ್ನೂ ಅನೇಕ ಮಾಳಿಕಾ ಗ್ರಂಥಗಳ ರಚನೆ ಮಾಡಿದ್ದರು । ಅವರು ಮಾರ್ಗಶಿಷ್ಯ ಮಾಸ ಶುಕ್ಲ ಪಕ್ಷ ಷಷ್ಠಿ (ಓಡಣಿ ಷಷ್ಠಿ)ಯಲ್ಲಿ ಶರೀರ ತ್ಯಾಗ ಮಾಡಿದ್ದರು ।

ಪಂಚಸಖರು ಆಧ್ಯಾತ್ಮಿಕ ತತ್ವಜ್ಞಾನ ಸಂಪನ್ನರಾಗಿದ್ದರು । ಪ್ರತಿ ಸಮಯದಲ್ಲೂ ಅವರುಗಳು ನಿರಾಕಾರನ ಜೊತೆ ಸೂಕ್ಷ್ಮ ಸಂಪರ್ಕದಲ್ಲಿರುತ್ತಿದ್ದರು ಮತ್ತು ನಿರಾಕಾರರೂ ಯಾವ ಆಗತ ಭವಿಷ್ಯದ ಬಗ್ಗೆ ಹೇಳುತ್ತಿದ್ದರೋ ಆ ಎಲ್ಲಾ ಮಾತುಗಳನ್ನು ತೆಗೆದುಕೊಂಡು ಭವಿಷ್ಯ ಮಾಳಿಕಾ ಗ್ರಂಥದಲ್ಲಿ ಬರೆಯುತ್ತಿದ್ದರು । ಇದರ ಬಗ್ಗೆ ಬ್ರಹ್ಮಗೋಪಾಲ ಮಹಾಜ್ಞಾತಾ ಅಚ್ಯುತಾನಂದದಾಸರು ಈ ರೀತಿ ಉಲ್ಲೇಖಿಸಿರುತ್ತಾರೆ.

"ಆಗಮ ಭಾವ ಜಾಣೆ ಯಶೋವಂತ
ಗಾರಕಟಾ ಜಂತ್ರ ಜಾಣೆ ಅನಂತ
ಆಗತ ನಾಗತ, ಅಚ್ಯುತ ಜಾಣೆ
ಬಲರಾಮದಾಸ ತತ್ವ ಬಖಾಣೆ
ಭಕ್ತಿರ ಭಾವ ಜಾಣೆ ಜಗನ್ನಾಥ
ಪಂಚಸಖಾ ಏ ಒಡಿಸಾ ಮಹಂತ ।
ಮ್ಲೇಚ್ ಪತೀತ ಉದ್ಧಾರಿಬಾ ಪಾಯಿ
ಜನಮ ಲಭಿಲೆ ಒಡಿಸಾ ಭೂಯಿ"

* ಈ ಮೇಲ್ಕಾಣಿಸಿದ ಪಂಕ್ತಿಯ ಭಾವಾರ್ಥ : ಪಂಚಸಖಾರೊಬ್ಬರಲ್ಲಿ ಒಬ್ಬರಾದಂತಹ ಶ್ರೀಯಶೋವಂತದಾಸ ಮಹಾರಾಜರು ಆಗಮ ನಿಗಮ ಶಾಸ್ತ್ರಗಳಿಗೆ ಸಂಬಂಧಿಸಿದ ಎಲ್ಲಾ ಮಾತುಗಳನ್ನು ಅರ್ಥ ಮಾಡಿಕೊಳ್ಳಲು ಸಮರ್ಥರಾಗಿದ್ದರು ।

* ಮಹಾಪುರುಷ ಶಿಸು ಅನಂತದಾಸ ಮಹಾರಾಜರು ಸಾಂಕೇತಿಕ ಗಣಿತ ಮಾಧ್ಯಮದಿಂದ ಭವಿಷ್ಯ ತಿಳಿಯುವದರಲ್ಲಿ ಚತುರರಾಗಿದ್ದರು ।

* ಮಹಾಪುರುಷ ಅಚ್ಯುತಾನಂದದಾಸ ಮಹಾರಾಜರು ಭೂತ, ವರ್ತಮಾನ, ಭವಿಷ್ಯತ್ ಇತ್ಯಾದಿ ಎಲ್ಲಾ ಕಾಲದ ತತ್ವಜ್ಞಾನ ಸಂಪನ್ನರಾಗಿದ್ದರು ।

* ಮಹಾಪುರುಷ ಬಲರಾಮದಾಸ ಮಹಾರಾಜರು ಶಾಸ್ತ್ರ ಮತ್ತು ಬ್ರಹ್ಮಾಂಡ ತತ್ವಜ್ಞಾನದಲ್ಲಿ ಸಂಪನ್ನರಾಗಿದ್ದರು ।

* ಅಷ್ಟಾದಶ ಪುರಾಣದ ಭಕ್ತಿ ತತ್ವಜ್ಞಾನ ಎಲ್ಲಕ್ಕಿಂತಲೂ ಹೆಚ್ಚು ಮಹಾಪುರುಷ ಜಗನ್ನಾಥದಾಸ ಮಹಾರಾಜರು ಬಲ್ಲವರಾಗಿದ್ದರು ।

ಪಂಚಮಹಾಸಖರೆಲ್ಲರೂ ಭವಿಷ್ಯ ಮಾಲಿಕಾ ಗ್ರಂಥದ ಮಾಧ್ಯಮದಿಂದ ಭವಿಷ್ಯವಾಣಿಯನ್ನು ಮಾಡಿದ್ದಾರೋ ಅದರಲ್ಲಿಯ ವಿಶೇಷವೆನೆಂದರೆ ಶ್ರೀ ಜಗನ್ನಾಥರು ಮತ್ತು ನಿರಾಕರರ ನಿರ್ದೇಶನದಿಂದ ಭಕ್ತ ಜನರ ಉದ್ಧಾರ, ಭಕ್ತರು ಮತ್ತು ಭಗವಾನರ ಮಿಲನ (ಒಂದುಗೂಡುವುದು) ಪಾಪಿ ಮತ್ತು ದುರಾಚಾರಿ ಜನರ ವಿನಾಶ ಮತ್ತು ದಿವ್ಯ ಸತ್ಯಯುಗದ ಆರಂಭದ ಸಂಬಂದದಲ್ಲಿ ಭವಿಷ್ಯ ಮಾಲಿಕಾ ಗ್ರಂಥದಲ್ಲಿ ಉಲ್ಲೇಖ ಮಾಡಲಾಗಿದೆ । ಆ ಎಲ್ಲಾ ಗ್ರಂಥಗಳು ಈಗ ಮನುಷ್ಯ ಸಮಾಜಕ್ಕೆ ಮೃತ್ಯು ಸಂಜೀವಿನಿಯಾಗಿವೆ.

ವರ್ತಮಾನ ಸಮಯದಲ್ಲಿ ಬ್ರಹ್ಮಾಂಡದಲ್ಲಿ ಯಾವ ಮಹಾವಿನಾಶದ ಸಮಯವೂ ಹತ್ತಿರವಿರುತ್ತದೆ ಈ ಪ್ರಕಾರದ ಸಂಕಟ ಸಮಯದಲ್ಲಿ ಭವಿಷ್ಯ ಮಾಲಿಕೆಯ ಅನುಸರಣೆಯನ್ನು ಮಾಡಿ ಮಹಾಪ್ರಭುವಿನ ನಾಮ ಮತ್ತು ಅವರಿಗೆ ಶರಣಾಗತರಾಗಿ ಹೋಗುವದಕ್ಕಿಂತ ಇನ್ನೊಂದು ಅನ್ಯ ಮಾರ್ಗವಿರುವುದಿಲ

ಅಧ್ಯಾಯ – 3
ನಾಲ್ಕು ಯುಗದ (ಚತುರಯುಗ) ಗಣನೆಯ
ಸಂಬಂಧದಲ್ಲಿ ವಿಚಾರ

ಬ್ರಹ್ಮಾಂಡ ತತ್ವಕ್ಕನುಸಾರ ಸಂಸಾರದಲ್ಲಿ ಕ್ರಮವಾಗಿ ನಾಲ್ಕು ಯುಗಗಳ ಭೋಗವಿರುತ್ತದೆ. ಆ ನಾಲ್ಕು ಯುಗಗಳಾದ ಸತ್ಯಯುಗ, ತ್ರೇತಾಯುಗ, ದ್ವಾಪರಯುಗ ಮತ್ತು ಕಲಿಯುಗ ।

ನಾಲ್ಕು ಯುಗದಲ್ಲಿ ನಾಲ್ಕು ಪಾದ ಧರ್ಮವಿರುತ್ತದೆ. ಮತ್ತು ಅದರ ಆಯುಷ್ಯ 17,68,000 ವರ್ಷವಿದ್ದು । ಈ ಯುಗದಲ್ಲಿ ಆ ನಾಲ್ಕು ಪಾದದ ಧರ್ಮದ ಬಗ್ಗೆ ಹೇಳಲಾಗಿದೆ । ಅದುವೇ ಸತ್ಯ , ಸ್ವಚ್ಛತಾ, ದಯಾ ಮತ್ತು ಕ್ಷಮಾ । ಈ ನಾಲ್ಕು ಪಾದಗಳ ಧರ್ಮದ ಕಾರಣದಿಂದಾಗಿ ಸತ್ಯಯುಗದಲ್ಲಿ ಪ್ರತಿಯೊಬ್ಬರು ಆನಂದಿತ ಜೀವನ ನಡೆಸುತ್ತಿದ್ದರು ಮತ್ತು ಮಾನವ ಸಮಾಜದಲ್ಲಿ ಸುಃಖ, ಶಾಂತಿ, ಸಮೃದ್ಧಿ ಸ್ಥಾಯಿತ್ವವೂ ಒಳ್ಳೆಯ ರೀತಿಯಲ್ಲಿ ನೋಡಲಾಗುತಿತ್ತು ।

ಸತ್ಯಯುಗದ ನಂತರ ತ್ರೇತಾಯುಗದ ಆಗಮನ, ಈ ಯುಗದ ಆಯುಷ್ಯವೂ 12,96,000 ವರ್ಷ । ಈ ಯುಗದಲ್ಲಿ ಮೂರು ಪಾದದ ಧರ್ಮವು ಜೊತೆಗೆ ವಿರಾಜಮಾನವಾಗಿತ್ತು । ಅದುವೇ ಸತ್ಯ, ದಯಾ ಮತ್ತು ಕ್ಷಮಾ । ಈ ಯುಗದಲ್ಲಿ ಒಂದು ಪಾದ ಧರ್ಮ ಕ್ಷಯವಾಗುತ್ತದೆ ಅದುವೇ ಸ್ವಚ್ಛತಾ ।

ಈ ಯುಗ ಚಕ್ರದ ಪ್ರಕಾರ ಮುಂದೆ ಬರುವ ಯುಗವೇ ದ್ವಾಪರಯುಗದ ಆರಂಭ । ಈ ಯುಗದ ಆಯುಷ್ಯ 8,64,000 ವರ್ಷ ಆಗಿರುತ್ತದೆ । ಈ ಯುಗದಲ್ಲಿ ಕೇವಲ ಎರಡು ಪಾದ ಧರ್ಮವಿರುತ್ತದೆ । ಆ ಎರಡು ಪಾದಗಳ ಧರ್ಮದ ಹೆಸರೇ ಸತ್ಯ ಮತ್ತು ಕ್ಷಮಾ ।

ಈ ಎಲ್ಲ ಯುಗಗಳ ತರುವಾಯ ನಾಲ್ಕನೆ ಮತ್ತು ಕೊನೆಯ ಯುಗವೇ ಅದು ಕಲಿಯುಗ । ಈ ಯುಗದ ಆಯುಷ್ಯ 4,32,000 ವರ್ಷವಿರುತ್ತದೆ । ಈ ಯುಗದಲ್ಲಿ ಮೂರು ಪಾದ ಧರ್ಮ ನಾಶವಾಗುತ್ತದೆ ಮತ್ತು ಕೇವಲ ಒಂದು ಪಾದ ಧರ್ಮ ಶೇಷವಿರುತ್ತದೆ. ಅದುವೇ ಸತ್ಯ ।

ಕಲಿಯುಗದ ಅಂತ್ಯದಲ್ಲಿ ಒಂದು ಪಾದ ಆ ಧರ್ಮ ಉಳಿದಿತ್ತೋ ಅದು ಕೂಡಾ ಕ್ಷಯವಾಗಿ ಹೋಗುತ್ತದೆ । ವೈವಸ್ವತಃ ಮನುರವರ ಮನುಸ್ಮೃತಿಶಾಸ್ತ್ರವು ಪ್ರಮಾಣ ಕೊಡುತ್ತದೆ. ಕಲಿಯುಗ ಅಂತ್ಯ ಸಮಯದಲ್ಲಿ ಧರ್ಮ ಕೇವಲ ದಾನದ ಮಾಧ್ಯಮದಿಂದ ತಮ್ಮ ಕೊನೆಯ ಅವಸ್ಥೆಯಲ್ಲಿ ಸ್ಥಿರವಾಗಿ ನಿಲ್ಲುತ್ತದೆ । ಆದುದರಿಂದ ಮಹಾಪುರುಷ ಪಂಚಮಹಾಸಕುರು ಭವಿಷ್ಯ ಮಾಲಿಕೆಯಲ್ಲಿ ಕಲಿಯುಗದ ಆಯು ಮತ್ತು ಮನುಸ್ಮೃತಿಯಲ್ಲಿ

ಬರೆದಿಟ್ಟಿರುವಂತಹ ಸಮಯ ಮತ್ತು ಸ್ಥಿತಿಯ ವರ್ಣನೆಯಲ್ಲಿ ಸಂಶೋಧನೆ ಮಾಡಿ ಪ್ರಭುವಿನ ಆಜ್ಞೆಯಿಂದ ಈ ಯುಗದ ವ್ಯವಸ್ಥೆಯ ಸವಿಸ್ತಾರ (ಸಂಪೂರ್ಣ) ಭಾವನೆಯಿಂದ ವರ್ಣನೆ ಮಾಡಿದ್ದಾರೆ.

"ಧರ್ಮ ಬ್ಯಾರಿಪಾದ ನಿಶ್ಚಯ ಕಣಬ ಹರಿ ಆಸ್ರಾಕರನರ
ಸುಕರ್ಮ ಕುಕರ್ಮ ವಿಚಾರಿ ಪಾರಿಲೆ ಪಾದ ಪದ್ಮೆ ಸ್ಥಾನ ಪಾಯಿ"

ಅರ್ಥಾತ :

ಭವಿಷ್ಯ ಮಾಲಿಕೆಯಲ್ಲಿ ಮಹಾಪುರುಷ ಅಚ್ಯುತಾನಂದರ ಪ್ರಕಾರ ಕಲಿಯುಗ ಪೂರ್ಣವಾಗುವ ಸಮಯದಲ್ಲಿ ನಾಲ್ಕು ಪಾದ ಧರ್ಮವೂ ಸಮಾಪ್ತವಾಗುವುದರ ಜೊತೆಗೆ ದೊಡ್ಡ ದೊಡ್ಡ ಆಪತ್ತು-ವಿಪತ್ತುಗಳು ಅನಾಯಾಸವಾಗಿ ಪೃಥ್ವಿಯ ಮೇಲೆ ಬರುವವು. ಮಹಾಪುರುಷರು ಆ ಸಮಯವನ್ನು ಸಂಗಮಯುಗ ಅಥವಾ ಯುಗಸಂಧ್ಯಾವೆಂಬ ಹೆಸರಿನಿಂದ ಸಂಬೋಧನೆಯನ್ನು ಮಾಡಿರುತ್ತಾರೆ.

ಅವರು ನಮ್ಮೆಲ್ಲರಿಗೂ ಈ ಎಚ್ಚರಿಕೆಯನ್ನು ಕೊಟ್ಟಿರುತ್ತಾರೆ. ಹರಿ ನಾಮ ಗುಣಗಳ ಭಜನೆ ಮಾಡುತ್ತಾ ಮಾಲಿಕಾ ಗ್ರಂಥದ ಅನುಸರಣೆ ಮಾಡುತ್ತಾ ವೈದಿಕಧಾರಾ ಮಾರ್ಗದಲ್ಲಿ ನಡೆಯುವ ಮನುಷ್ಯರಿಗೆ ಸತ್ಯಯುಗದಲ್ಲಿ ಪ್ರವೇಶವಿರುತ್ತದೆ.

"ಚತ್ವಾರ್ಷಾ ಹೂ ಸಹಸ್ರಾಣಿ ವರ್ಷಾಣ ತತ್ಕೃತಮ್ ಯುಗಮ್
ತಸ್ಯ ತಾಬಚ್ಛತಿ ಸಂದ್ಯಾ ಸಂದ್ಯಾಂಶಸಚ್ಚ ತತಾಜಿಧ"

ಮನುಸ್ಮೃತಿಯಲ್ಲಿ ಉಲ್ಲೇಖಿಸಿದಂತೆ ಆಯ್ಕೆ ಮಾಡಿಕೊಂಡಂತಹ ಶ್ಲೋಕ ಅರ್ಥವು ಇಂತಿವೆ. ನಾಲ್ಕು ಸಾವಿರ ವರ್ಷದ ನಂತರ ಸತ್ಯಯುಗ ಬರುತ್ತದೆ. ಆ ನಾಲ್ಕು ಸಾವಿರ ವರ್ಷದ ಪರಮಾಯೂ (ಪೂರ್ಣ ಆಯುಷ್ಯ) ಅದರ ಸಂದ್ಯಾ ಮತ್ತು ಸಂದ್ಯಾ ಕಾಲದ ಒಟ್ಟು ಪರಮಾಯುವಿನ ಒಂದು ದಶಮಾಂಶ ವರ್ಷವಾಗುತ್ತದೆ.

ಅರ್ಥಾತ :

ಕಲಿಯುಗದ ಆಯು 4,000 ವರ್ಷ ಕಲಿಯುಗ ಆರಂಭ ಮತ್ತು ದ್ವಾಪಾರಯುಗ ಅಂತ್ಯದ ಎರಡು ಸಂದ್ಯಾ 400X2 = 800 ವರ್ಷ ಒಟ್ಟು ಯೋಗ 4,800 ವರ್ಷ ಕಲಿಯುಗದ ಭೋಗ ಸಮಯವೆಂದು ಹೇಳುತ್ತಾರೆ.

"ಚತ್ವಾಯರ್ಜದ ಸಹಸ್ರಾಣಿ ಚತ್ವಾಯರ್ಜದ ಶತಾನಿಛ್ಚಮ
ಕಲೆಜ್ರಾದ ಗಮಿಶಂತಿ ತದಾಪೂರ್ವಂ ಯುಗಾಶ್ರೀತಮ್"

(ನಿರ್ಣಯ ಸಿಂಧು)

ನಿರ್ಣಯ ಸಿಂಧುವಿನಿಂದ ತೆಗೆದುಕೊಂಡಂತಹ ಮೇಲೆ ಕಾಣಿಸಿದ ಶ್ಲೋಕದಲ್ಲಿ ಸ್ಪಷ್ಟ ರೂಪದಲ್ಲಿ ಹೇಳಿರುತ್ತಾರೆ. 4,000 ವರ್ಷದ ನಂತರ ಸಂದ್ಯಾ ಸಮಯ 400 ವರ್ಷ ಮತ್ತು ಅದರ ಮುಂದಿನ ಯುಗ ಪ್ರಾರಂಭದ ಸಂದ್ಯಾ ಸಮಯ 400 ವರ್ಷ ಕೂಡಿಸಿ ಕಲಿಯುಗದ ಒಟ್ಟು 4,800 ವರ್ಷ ಭೋಗವಾಗುತ್ತದೆ ।

"ಅದಾಸ್ವತಃ ಸಹಸ್ರಾಣಿ ಕಲೌ ಚತುಃ ಶತಾನಿಶಮ್ ।
ಗತೇ ಗಿರಿ ಬರೆಹಿ ಶ್ರೀನಾಥ ಪ್ರದುರ್ಬವಿಶಂತಿ"
(ಗರ್ಗ ಸಂಹಿತಾ)

ಗರ್ಗ ಸಂಹಿತೆಯಲ್ಲಿ ಉಲ್ಲೇಖಿಸಿರುವಂತೆ ಆಯ್ಕೆ ಮಾಡಿಕೊಡಂತಾ ಈ ಶ್ಲೋಕ ಭಾವಾರ್ಥವೂ ಈ ರೀತಿಯಾಗಿದೆ : ಕಲಿಯುಗಕ್ಕೆ 4,000 ವರ್ಷ ಭೋಗವಾದ ಮೇಲೆ ಇದರ ಸಂದ್ಯಾ ಸಮಯದ 400 ವರ್ಷದ ನಂತರ ಭಗವಾನ ಮಹಾವಿಷ್ಣು (ಶ್ರೀನಾಥ) ಭೂಮಿಯ ಮೇಲೆ ಅವತಾರ ತೆಗೆದುಕೊಳ್ಳುತ್ತಾನೆ । ಮತ್ತು ಭೂಮಿಯ ಮೇಲಿನ ಪಾಪದ ಭಾರವನ್ನು ಇಳಿಸುತ್ತಾನೆ.

ಮೇಲ್ಕಾಣಿಸಿದ ಶಾಸ್ತ್ರ ಮನುಸ್ಮೃತಿ ನಿರ್ಣಯ ಸಿಂಧು ಮತ್ತು ಗರ್ಗ ಸಂಹಿತಾದಲ್ಲಿ ಹೇಳಿರುವಂತೆ ಇಷ್ಟಣೆಯ ಅನುಗುಣವಾಗಿ ಕಲಿಯುಗ ಆಯು 4000 ವರ್ಷ ವಿರುತ್ತದೆ । ಇದರ ಒಂದು ದಶಮಾಂಶ ಸಂದ್ಯಾ ಸಮಯವೆಂದರೆ 400 ವರ್ಷ ಇರುತ್ತದೆ । ಕಲಿಯುಗದ ಪ್ರಾರಂಭದಲ್ಲಿ ಸಂದ್ಯಾ ಸಮಯ 400 ವರ್ಷ ಭೋಗವಿರುತ್ತದೆ । ಅರ್ಥಾತ 4000 + (400+400) = 4800 ವರ್ಷ ಮಾತ್ರ ಕಲಿಯುಗದ ಸಂಪೂರ್ಣ ಆಯು ಭೋಗವಾಗುತ್ತದೆ ।

ಮನುಸ್ಮೃತಿ ನಿರ್ಣಯ ಸಿಂಧು ಮತ್ತು ಗರ್ಗ ಸಂಹಿತಾ ಶಾಸ್ತ್ರದ ಪ್ರಕಾರ ಕಲಿಯುಗಕ್ಕೆ 4800 ವರ್ಷ ಭೋಗವಾಗಬೇಕಾಗುತ್ತದೆ । ಆದರೆ ಈ ಎಲ್ಲ ಶಾಸ್ತ್ರದ ರಚನೆಗೆ ಸಾವಿರಾರು ವರ್ಷ ಕಳೆದ ನಂತರ ಈ ಕಲಿಯುಗದಲ್ಲಿ ಇಂದಿನಿಂದ ಸರಾಸರಿ 600 ವರ್ಷ ಮೊದಲೇ ಮಹಾಪುರುಷ ಪಂಚಮಹಾಸಕುರು ಭವಿಷ್ಯ ಮಾಲಿಕಾ ಗ್ರಂಥದ ರಚನೆಯನ್ನು ಮಾಡಿದ್ದಾರೆ । ಮತ್ತು ನಿರಾಕಾರರ ನಿರ್ದೇಶನದಂತೆ ಪಂಚಮಹಾಸಕುರು ತಮ್ಮ ಮಾಲಿಕಾ ಗ್ರಂಥದಲ್ಲಿ ಹಳೆಯ ಶಾಸ್ತ್ರದ ವರ್ಣನೆಯನ್ನು ಸ್ವಲ್ಪ ಸಂಶೋಧನೆ ಮಾಡಿ 4,800 ವರ್ಷದಲ್ಲಿ 200 ವರ್ಷ ಕೂಡಿಸಿ ಕಲಿಯುಗದ ಆಯು 5000 ವರ್ಷ ಭೋಗವಾಗುತ್ತದೆ ಅಂತಾ ವರ್ಣಿಸಿದ್ದಾರೆ ।

"ಚಾರಿ ಲಕ್ಷ ಚೆ ಬತೀಶ ಸಹಸ್ತ್ರ ಕಲಿಯುಗರ ರ ಅಟಯು ಆಯುಷ್ಯ
ಪಾಪ ಬಾರಾ ರೇ ಕಲಿ ತುಜೀಬ ಪಾಂಚ ಸಸ್ರ ಕಲಿ ಭೋಗ ಹೋಇಬ ।"
(ಭಕ್ತಚೇತಾವಣೆ ಅಚ್ಯುತಾನಂದ)

ಮಹಾಪುರುಷ ಅಚ್ಯುತಾನಂದರು ನಿರಾಕಾರರ ಆಜ್ಞೆಯಂತೆ ತಮ್ಮ ಗ್ರಂಥ
"ಭಕ್ತಚೇತಾವಣೆ" ಯಲ್ಲಿ ಈ ರೀತಿಯಾಗಿ ಪ್ರಮಾಣ ಮಾಡಿರುತ್ತಾರೆ । ಕಲಿಯುಗದ
ಸಂಪೂರ್ಣ ಭೋಗ ಸಮಯ 4,32,000 ವರ್ಷ ಇದೆ । ಆದರೂ ಪಾಪದ ಭಾರದಿಂದ
ಯುಗ ಕ್ಷಯವಾಗಿ ಕೇವಲ 5,000 ವರ್ಷ ಭೋಗವಿರುತ್ತದೆ ।

"ಏಕಣಾ ಅಮರಪುರ
ಠಾಕೂರ ತಹೀರೂ ಹೇಬಿ ಬಾಹಾರ ರಾಮಚಂದ್ರರೇ
ಠಾರಿಪಾಂಚ ಸಹಸ್ರ ಕೂ ಧರ ರಾಮಚಂದ್ರರೇ"
(ಭವಿಷ್ಯತ್ತ ಚೌತಿಸಾ ಅಚ್ಯುತಾನಂದ)

ಮಹಾಪುರುಷ ಅಚ್ಯುತಾನಂದರು ತಮ್ಮ ಗ್ರಂಥ "ಭವಿಷ್ಯ ಚೌತಿಸಾ" ದಲ್ಲಿಯೂ
ಕೂಡಾ ಪ್ರಮಾಣ ಕೊಟ್ಟಿರುತ್ತಾರೆ । ಕಲಿಯುಗಕ್ಕೆ ಕೇವಲ 5,000 ವರ್ಷ ಭೋಗವಿರುತ್ತದೆ
। ಮೇಲ್ಕಾಣಿಸಿದ ಪಂಕ್ತಿಯಲ್ಲಿ ಅಚ್ಯುತಾನಂದರು ಸ್ಪಷ್ಟವಾಗಿ ಹೇಳಿರುತ್ತಾರೆ । ನೀಲಾಂಚಲ
ಧಾಮ, ಆದಿ ವೈಕುಂಠಧಾಮ, ಶ್ರೀ ಜಗನ್ನಾಥಧಾಮ ಪುರಿಯಿಂದಲೇ ಭಗವಾನ
ಜಗನ್ನಾಥರು ಮನುಷ್ಯ ರೂಪದಲ್ಲಿ ಕಲ್ಕಿ ಅವತಾರ ಧಾರಣ ಮಾಡುತ್ತಾರೆ ಮತ್ತು ಅದೇ
ಸಮಯದಲ್ಲಿ ಕಲಿಯುಗಕ್ಕೆ 5,000 ವರ್ಷ ಭೋಗವಾಗಿರುತ್ತದೆ ।
ಅರ್ಥಾತ 5,000 ವರ್ಷ ಪೂರ್ಣವಾದ ಮೇಲೆ ಕಲಿಯುಗ
ಸಮಾಪ್ತಿಯಾಗುತ್ತೋ ಆಗ ಮಹಾಪ್ರಭು ಜಗನ್ನಾಥರು ಮನುಷ್ಯ ರೂಪದಲ್ಲಿ ಭೂಮಿಯ
ಮೇಲೆ ಅವತಾರ ತಾಳುತ್ತಾರೆ ।

"ಏಕಣಾ ಅಚ್ಯುತ ಕಲೇ "ರ" ತೀನಿ ಬಾಮೆ ಪಾಂಚ ರಖಿಲೆ ರಾಮಚಂದ್ರ ಹೇ ।
ರಕಿ ಚೀಬ ಮೀನ ಶನಿ ಭಲೆ ರಾಮಚಂದ್ರ ಹೇ ।"
(ಭವಿಷ್ಯ ಮಾಲಿಕಾ ಅಚ್ಯುತಾನಂದ)

ಮತ್ತೆ ಮಹಾಪುರುಷ ಅಚ್ಯುತಾನಂದರು ತಮ್ಮ ಗ್ರಂಥ "ಭವಿಷ್ಯ ಮಾಲಿಕಾ"
ದಲ್ಲಿ ಈ ರೀತಿಯಾಗಿ ವರ್ಣಿಸಿದ್ದಾರೆ - "ರ" (ಒಡಿಯಾ ಭಾಷೆಯಲ್ಲಿ "೦") ಮೂರು
ಬಾರಿ ಬರೆದು ಅದರ ಎಡಬದಿ ಐದು (5) ಬರೆಯುವದರಿಂದ ಎಷ್ಟಾಗುತ್ತೋ ಅಷ್ಟು

ಕಲಿಯುಗದ 5,000 ವರ್ಷ ಭೋಗವಾದ ಮೇಲೆ ಆಗ ಮೀನರಾಶಿಯಲ್ಲಿ ಶನಿ ಪ್ರವೇಶ ಮಾಡುತ್ತಾನೆ. (ಇಸವಿ 2025 ಎಂದು ತಿಳಿಯಲಾಗಿದೆ) ಆ ಸಮಯವೂ ಮನುಷ್ಯ ಸಮಾಜಕ್ಕೆ ಭಯಂಕರ ಆಪತ್ತು ಬಂದುಒದಗುತ್ತದೆ ಮತ್ತು ಅದೇ ಸಮಯದಲ್ಲಿ ಭಕ್ತ ಜನರು ಮಾಳಿಕಾ ಗ್ರಂಥದ ಅನುಸರಣೆ ಮಾಡುವರು ಮತ್ತು ಅದನ್ನು ತಿಳಿದುಕೊಳ್ಳುವರು
।

"ಏಬಿ ಪಾಂಚಣಿಕ ಕಹಿಬಾ ಶುಣ
ಬಾರಂಗ ವಿಚಾರೆ ಚಿತರೇ ಫೇನ ।
ಪಾಂಚ ಸಹಸ್ರ ಚೇತೆ ಬಿಲೆ ಹೇಬ
ಸಂಪೂರ್ಣ ಲೀಲಾ ಪ್ರಕಾಶ ಹೋಇಬ"
(ಮಹಾಗುಪ್ತ ಪದ್ಮಕಲ್ಪ - ಶಿಶು ಅನಂತದಾಸ)

ಮಹಾಸಖಾರಲ್ಲಿಯೇ ಒಬ್ಬರಾದಂತಹ ಶ್ರೇಷ್ಠ ಸಖಾ ಮಹಾಪುರುಷ ಶಿಶು ಅನಂತದಾಸ ಮಹಾರಾಜರು ತಮ್ಮ ಗ್ರಂಥ "ಮಹಾಗುಪ್ತ ಪದ್ಮಕಲ್ಪ" ದಲ್ಲಿ ಕಲಿಯುಗದ ಬಗ್ಗೆ ಈ ರೀತಿಯಾಗಿ ವರ್ಣಿಸಿದ್ದಾರೆ. ಕಲಿಯುಗ 5,000 ವರ್ಷ ಪೂರ್ಣವಾಗುತ್ತೆ ಮತ್ತು ಆ ಸಮಯದಲ್ಲಿ ಭಕ್ತ ಮತ್ತು ಭಗವಂತನ ಲೀಲೆಯ ಪ್ರಕಾಶವಾಗುತ್ತೆ ।

"ಬಾರಂಗ ಬೋಲಯಿಏ ಶುಣಿಮಾ ಗೋಸಾಯಿ ಕುಹ ಭವಿಷ್ಯ ಬಿಚಾರ,
ಕೆತೆಬಿಲೆ ಕಲ್ಕಿ ಅವತಾರಹೆಬಿ ಶುಣಯಿ ಮುಖ ತುಂಭರ ।
ಶಿಶು ಬೋಲಂತಿ ಹೇ ಶುಣಿಮಾ ಬಾರಂಗ ಕಲಂಕೀ ಸ್ವರೂಪ ಹೋಇಯಿ,
ಯುಗ ಸಂಧಿ ಪಾಂಚ ಸಹಸ್ರ ಬರಷ ಚಿಬಿ ಚೀಬ ಭೋಗ ಹೋಇಯಿ ।
ಚಿಸನೇಕ ನಿಶಿ ಪಹಿಲೆ ಪ್ರಭಾತ ಯುಗ ಸಂಧಿ ಎಹಾ ಚಾಂಚ,
ಸೆಮಂತ ಸಮಯೆ ಕಲಂಕಿ ಸ್ವರೂಪ ಹೆಬಿ ಪ್ರಭು ನಾರಾಯಣ ।
ಸಮಕ್ಷರಾ ಬತಾ ಶುಣಿ ಆದಿಕರಿ ಪ್ರಮಾಣ ಎಹಾಕು ಕರ,
ಸಖು ಎಕ ರಾಬಿ ಮಿಶಾಯಿ ಕಹೀಣ ಕರಬು ಪಾಂಚ ಹಚಾರ ।
ಎಹೀ ಸಮಯ ಕು ಲೆ ಕರಿಥಿಬು ಕಹಿಲಿ ಹೆ ಬಾಬು ತೋತೆ
ಥಿಕರೆ ಎ ಕಥಾ ದೇಖಾಯಿ ಕಹಿಲು ರಖಿಥಿಬು ಹೃದ ಗತೇ"
(ಆಗತ ಭವಿಷ್ಯತ್ - ಶಿಶು ಅನಂತ)

ಮತ್ತೇ ಮಹಾಪುರುಷ ಶ್ರೀ ಶಿಶು ಅನಂತದಾಸ ಮಹಾರಾಜರು ತಮ್ಮ ಗ್ರಂಥ "ಆಗತ ಭವಿಷ್ಯತ್" ದಲ್ಲಿ ತಮ್ಮ ಶಿಷ್ಯ ಬಾರಂಗನ ಪ್ರಶ್ನೆಗಳಿಗೆ ಉತ್ತರಿಸುತ್ತಾ ಈ ರೀತಿಯಾಗಿ ಹೇಳಿರುತ್ತಾರೆ । ಕಲಿಯುಗ ಸಂಧ್ಯಾ ಸಮಯದಲ್ಲಿ ಅರ್ಥಾತ

ಸಂಗಮಯುಗದಲ್ಲಿ ಭಗವಾನ ನಾರಾಯಣ ಕಲ್ಕಿ ಅವತಾರ ತಾಳುತ್ತಾರೆ ಮತ್ತು ಆ ಸಮಯದಲ್ಲಿ ಕಲಿಯುಗಕ್ಕೆ 5,000 ವರ್ಷ ಕಾಲ ಕಳೆದು ಹೋಗಿರುತ್ತದೆ ।

"ಸಂಬಶ್ಚರ ಪಾಂಚ ಸಹಸ್ರ ಕಲಿ ಹೋಂಯಿಬ ಶೇಷ,
ಸತ್ಯಯುಗ ಆದ್ಯ ಹೋಂಯಿಬ ಶುಭ ಹೊಗೆ ಪ್ರಕಾಶ।
ಸಾಧು ಸಂತ ಮಾನೆ ಬಸಿಬೇ ಸಭಾ ಆರಂಭ ಕರಿ,
ಸೇಹಿ ಸಮಸ್ತ ಕ್ಕೂ ಹೂಚಿಬೆ ಪಟ್ಟು ಆರ ಆಖೋರಿ।
ಹರಿ ಶಬದ ರೇ ಮಾತಿಬೇ ಹರಿ ಭಕತ ಮಾನೆ,
ಹರಷ ಹೋಂಯಿಬೆ ಹೃದ ರೇ ದುಖಿ ದರಿದ್ರ ಮಾನೆ।
ಫಿಟಿಬ ಪ್ರಜಾ ಕ್ಕೂ ಕಷಣ ಕಷ್ಟ ಹೋಂಯಿಬ ನಾಶ,
ಕ್ಷಮೆ ಹಾಡಿ ದಾಸ ಭಣೀಲೆ ಆಗತ ಇ ಭವಿಷ್ಯ।"
(ಕಲಿ ಚೌತಿಸಾ - ಹಾಡಿದಾಸ)

ಪಂಚಸಖಾ ದೇಹ ತ್ಯಾಗದ ನಂತರ ಒಡಿಸಾ ಭತಿಯಾಭಟದ ಮಹಂತ ಹಾಗೂ ದಿವ್ಯದೃಷ್ಟಾ ಮಹಾಪುರುಷ ಹಾಡಿದಾಸ ಮಹಾರಾಜರು ಮಹಾಪುರುಷ ಅಚ್ಯುತಾನಂದದಾಸರ 9ನೇ ಜನ್ಮದ ಪ್ರಕಾರ ಮಾಳಿಕಾ ಶಾಸ್ತ್ರದಲ್ಲಿ ಪ್ರಮಾಣ ಕೊಟ್ಟಿರುತ್ತಾರೆ । ಅದುವೇ ತಮ್ಮ ದಿವ್ಯ ದೃಷ್ಟಿಯಿಂದ ತಮ್ಮದೇ ಗ್ರಂಥ "ಕಲಿ ಚೌತಿಸಾ"ದಲ್ಲಿ ಭಕ್ತ ಜನರ ಕಲ್ಯಾಣದ ಉದ್ದೇಶದಿಂದ ಹಾಗೂ ಮಾನವ ಸಮಾಜಕ್ಕೆ ಎಚ್ಚರಿಕೆ ಕೊಡುತ್ತಾ ಈ ರೀತಿಯಾಗಿ ವರ್ಣಿಸಿದ್ದಾರೆ ।

5,000 ವರ್ಷದ ನಂತರ ಕಲಿಯುಗ ಸಮಾಪ್ತಿಯಾಗುತ್ತೆ ಮತ್ತು ಅದಾದ ನಂತರ ಸಂಧ್ಯಾಯುಗ ಅರ್ಥಾತ ಅರ್ಧ ಸತ್ಯಯುಗ ಪ್ರಕಾಶವಾಗುವುದು.

ಅದೇ ಸಮಯದಲ್ಲಿ ಭಗವಾನ ಕಲ್ಕಿಯು ಭೂಮಿಯ ಮೇಲೆ ಮಾನವ ರೂಪದಲ್ಲಿ ಅವತಾರ ತೆಗೆದುಕೊಂಡು ಮಾನವ ಸಮಾಜದ ಪಾಪದ ಭಾರವನ್ನು ನಿವಾರಣ ಮಾಡುವರು । ಸತ್ಯ, ಶಾಂತಿ, ಧಯಾ, ಕ್ಷಮಾ, ಮೈತ್ರಿ ಮತ್ತು ಧರ್ಮದ ಸ್ಥಾಪನೆ ಮಾಡುವರು ।

ಆ ಸಮಯದಲ್ಲಿ ಭಗವಾನ ಕಲ್ಕಿ ಸುಧರ್ಮ ಮಹಾ ಮಹಾ ಸಂಘದ ಸ್ಥಾಪನೆ ಮಾಡುವರು । ಇಡೀ ವಿಶ್ವದಲ್ಲಿ ಸುಧರ್ಮ ಮಹಾ ಮಹಾ ಸಂಘ ಮತ್ತು ಸನಾತನ ಧರ್ಮದ ಪ್ರಚಾರ ಮಾಡುವರು । ಸಾಧು ಸಂತ ಜನರು ಹಳ್ಳಿ, ನಗರಗಳಲ್ಲಿ ದೇಶ ಮತ್ತು ಇಡೀ ವಿಶ್ವದಲ್ಲಿ ಸನಾತನ ಧರ್ಮದ ಪ್ರಚಾರ ಮಾಡುವರು । ಸಾಧು ಸಂತ ಜನರ ಕಷ್ಟಗಳನ್ನು ದೂರವಾಗಿಸುತ್ತಾ ಮತ್ತು ದುಷ್ಟ ಜನರ ವಿನಾಶ ಮಾಡುತ್ತಾರೆ ।

ಭಕ್ತರಿಗೆ ಸುಖ ಮತ್ತು ಆನಂದದ ದಿನಗಳು ಬರುವವು । ಇಡಿ ವಿಶ್ವದಲ್ಲಿ ಸತ್ಯದ ವಾತಾವರಣದ ಪ್ರತಿಬಿಂಬವಾಗುವುದು ।

"ನಿಶ್ವ ಅವತಾರ ಅಬನಿ ಉಪರ ನಿಲಾಂಬರ ಪುರ ಬಾಸ,
ನಿಶ್ಟೇ ಪಾಂಚ ಸಹಸ್ರ ಭೋಗ ರ ಅಂತೇಣ ಹೋಂಇಥಿಬು ಇ ನರೇಶ"
(ಉದ್ಧವ ಭಕ್ತಿ ಪ್ರದಾಯಿನಿ - ಅಚ್ಯುತಾನಂದ)

ಮಹಾಪುರುಷ ಅಚ್ಯುತಾನಂದರ "ಉದ್ಧವ ಭಕ್ತಿ ಪ್ರದಾಯಿನಿ" ಗ್ರಂಥದಲ್ಲಿ ಶ್ರೀ ಕೃಷ್ಣ ಮತ್ತು ಉದ್ಧವರ ನಡುವೆ ಕಥನದ ಸಂಭಾಷಣೆಯಾಗುತ್ತೆ ಮತ್ತು ಅದರಲ್ಲಿ ಉದ್ಧವನ ಪ್ರಶ್ನೆಗಳಿಗೆ ಉತ್ತರ ಕೊಡುತ್ತ ಶ್ರೀ ಕೃಷ್ಣರು ಹೇಳುತ್ತಾರೆ ಕಲಿಯುಗದ 5,000 ವರ್ಷ ಭೋಗವಾದ ಮೇಲೆ ಮಹಾಪ್ರಭು ತಮ್ಮ ನೀಲಾಂಚಲ ಧಾಮ ತ್ಯಾಗ ಮಾಡಿ ಕಲ್ಕಿ ಅವತರಾದಲ್ಲಿ ಮಾನವ ಶರೀರ ಧಾರಣೆ ಮಾಡುವರು

"ಚಹಣೀಬ ಲೀಲಾ ತು ಚಾರಿ ರೇ ಮಿಶಾ ಏಕ,
ಚಡಾ ತಿನಿ ಶುನ ತಹೀಂ ಚಿತೆ ಹೇಲಾ ಠೀಕ"
ಚಲಿಚೀಬ ಘೋರ ಕಲಿ ದಲಿದೆಬಿ ಮಿಲಿ,
ಹೇತಾಂಯಿಣ ಗೀತೆ ಕಹೆ ಅಚ್ಯುತ ಇ ಭಾಲಿ ।
(ಭವಿಷ್ಯತ್ ಮಾಲಿಕಾ ಅಚ್ಯುತಾನಂದ)

ಮತ್ತೇ ಅಚ್ಯುತಾನಂದರು ತಮ್ಮ ಗ್ರಂಥ "ಭವಿಷ್ಯ ಮಾಲಿಕಾ"ದಲ್ಲಿ ವರ್ಣಿಸಿರುವಂತೆ ಕಲಿಯುಗದ 5,000 ವರ್ಷ ಭೋಗವಾದ ಮೇಲೆ ಭಗವಾನ ಕಲ್ಕಿ ಅವತಾರ ತೆಗೆದುಕೊಂಡು ಲೀಲೆಯನ್ನು ಮಾಡುತ್ತಾರೆ.

"ಕಲಿಯುವ ಪಾಂಚ ಸಹಸ್ರ ಗಲೆ,
ಬೀಷ್ಣು ಇ ಜನಮ ಹೋಂಇಬೆ ಭಲೆ ।
ಪಾಂಚ ಸಹಸ್ರ ರೆ ನರ ಶರೀರೆ,
ಬೀಷ್ಣು ಇ ರಾಜುತಿ ಕರಿಬೆ ಭಲೆ" -
(ಪಟ್ಟಟಾ ಮಡಾಣ - ಶಿಶು ಅನಂತದಾಸ)

ಮಹಾಪುರುಷ ಶಿಶು ಅನಂತದಾಸ ಮಹಾರಾಜರು ತಮ್ಮ ಮಾಲಿಕಾ ಗ್ರಂಥ "ಪಟ್ಟ ಮಡಾಣ" ದಲ್ಲಿ ಪ್ರಮಾಣ ಕೊಡುತ್ತಾರೆ. 5,000 ವರ್ಷದಲ್ಲಿ ಕಲಿಯುಗ

ಸಮಾಪ್ತವಾಗುವದರಲ್ಲಿ ಭಗವಾನ ವಿಷ್ಣು ಚೌಸಟ್ಟ (64) ಕಲಾದಲ್ಲಿ ಭೂಮಿಯ ಮೇಲೆ ಮಾನವ ರೂಪ ಧಾರಣೆ ಮಾಡಿ ಕಲ್ಕಿ ಅವತಾರದಲ್ಲಿ ಜನಿಸುತ್ತಾರೆ । ಮತ್ತು ವಿಶ್ವದಲ್ಲಿ ರಾಜ್ಯ ಮಾಡುತ್ತಾರೆ ।

" ಎ ಜೆ ಸುಬಾಹು ಜುಗ ಕಲಿ,

ಕ್ಷೀಣ ಆಯುಷ್ಯ ಮಹಾಬಲಿ

ಪಾಪೆ ಸಕಲ ಕ್ಷಯ ಜಿಬಿ,

ಪಾಂಚ ಸಹಸ್ರ ಭೋಗ ಹೇಬಿ ।"

(ಆದಿ ಸಂಹಿತಾ - ಅಚ್ಯುತಾನಂದ)

ಮಹಾಪುರುಷ ಅಚ್ಯುತಾನಂದರೂ ತಮ್ಮ ಗ್ರಂಥ "ಆದಿಸಂಹಿತಾ" ದಲ್ಲಿ ರಚಿಸಿರುವಂತೆ ಕಲಿಯುಗದ ಆಯುಷ್ಯ 4,32,000 ವರ್ಷ ವಿರುತ್ತದೆ । ಆದರೆ ಮನುಷ್ಯ ಮಾಡಿದ ಪಾಪ ಕರ್ಮದಿಂದ ಸಂಪೂರ್ಣ ಯುಗದ ಆಯುಷ್ಯ ಕ್ಷಯವಾಗಿ (ಕ್ಷೀಣವಾಗಿ) ಹೋಗುತ್ತೆ. ಕೇವಲ 5,000 ವರ್ಷ ಭೋಗವಿರುತ್ತದೆ

ಮಹಾಪುರುಷ ಅಚ್ಯುತಾನಂದರು ಮತ್ತು ಎಲ್ಲಾ ಮಹಾಪುರುಷರ ಮಾಲಿಕಾ ಗ್ರಂಥದಿಂದ ಇದೆ ತೆರನಾದ ಪ್ರಮಾಣವು ದೊರೆಯುತ್ತಿದೆ. ಕಲಿಯುಗದ ಒಟ್ಟು ಪರಮಾಯು 4,32,000 ವರ್ಷ ಇರುತ್ತದೆ । ಆದರೆ ಮನುಷ್ಯ ಮಾಡಿದ ಘೋರ ಪಾಪ ಕರ್ಮದಿಂದ ಯುಗ ಕ್ಷಯವಾಗುವ ಕಾರಣ ಕೇವಲ 5,000 ವರ್ಷ ಭೋಗವಿರುತ್ತದೆ । ಆ ಸಮಯದಲ್ಲಿ ಸಂಗಮ ಯುಗದಲ್ಲಿ ಭಗವಾನ ಕಲ್ಕಿ ಅವತಾರ ತೆಗೆದುಕೊಂಡು ಧರ್ಮ ಸಂಸ್ಥಾಪನಾ ಕಾರ್ಯ ಮಾಡುತ್ತಾರೆ ।

ಅಧ್ಯಾಯ – 4
ಯಾವ ಯಾವ ಪಾಪ ಕರ್ಮದಿಂದ ಕಲಿಯುಗದ ಪತನವಾಗುತ್ತೆ

ಕಲಿಯುಗಕ್ಕೆ ನಾಲ್ಕು ಯುಗದ ಗಣನೆಯ ಅನುಸಾರವಾಗಿ 4,32,000 ವರ್ಷ ಭೋಗ ವಾಗಬೇಕಾಗುತ್ತದೆ । ಆದರೇ ಮನುಷ್ಯ ಮಾಡಿದ ಪಾಪ ಕರ್ಮದಿಂದ ಯುಗದ ಆಯುಷ್ಯ ಕ್ಷಯವಾಗುತ್ತೆ । ಮತ್ತು ಈ ಕಲಿಯುಗದ ಆಯುಷ್ಯ ಭವಿಷ್ಯ ಮಾಲಿಕೆಯ ಗ್ರಂಥದ ಅನುಸಾರವಾಗಿ ಆ 35 ಪ್ರಕಾರದ ಪಾಪದ ಕಾರಣದಿಂದ ಕ್ಷಯವಾಗಿ ಹೋಗುತ್ತದೆ. ಈ ಎಲ್ಲ ಪಾಪಗಳ ವರ್ಣನೆಯನ್ನು ಕೆಳ ಕಂಡಂತೆ ವರ್ಣಿಸಲಾಗಿದೆ -

1) ಪಿತೃ ಹತ್ಯ

2) ಮಾತೃ ಹತ್ಯ

3) ಸ್ತ್ರೀ ಹತ್ಯ

4) ಶಿಸು ಹತ್ಯ

5) ಗೋ ಹತ್ಯ

6) ಬ್ರಹ್ಮ ಹತ್ಯ

7) ಭ್ರೂಣ ಹತ್ಯ

8) ಮಾತೃ ಹರಣ

9) ಭಗ್ನಿ ಹರಣ

10) ಕನ್ಯಾ ಹರಣ

11) ಬಾತೃ ವಧು ಹರಣ

12) ವಿಧವಾ ಸ್ತ್ರೀ ಹರಣ

13) ಪರಾಯಿ ಸ್ತ್ರೀ ಹರಣ

14) ಸ್ತ್ರೀ ಹರಣ

15) ಗರ್ಭವತಿ ಸ್ತ್ರೀ ಹರಣ

16) ಕುಮಾರಿ ಹರಣ

17) ಪಶು ಹರಣ

18) ಭೂಮಿ ಹರಣ

19) ಪರಾಯ ಧನ ಹರಣ

20) ಮ್ಲೇಚ ವೇಶ ಧಾರಣ (ಹರಿದ ಬಟ್ಟೆ ಮತ್ತು ಅಸ್ವಚ್ಛ)

21) ಅಭಕ್ಷ ಭಕ್ಷಣ (ಮಾಂಸಾಹಾರ)

22) ಅಗಮ್ಯ ಮೇ ಗಮನ

23) ಅತೀ ನಿರಾಶ

24) ಕುಟುಂಬ ವೈರಾಗ್ಯ

25) ಮಿತ್ರರ ಜೊತೆ ದ್ರೋಹ ಬಗೆಯುವುದು

26) ವಿಶ್ವಾಸ ಘಾತ ಮಾಡುವುದು

27) ಬೇರೆ ಜಾತಿಗಳ ಜನರ ಜೊತೆ ಪ್ರೀತಿಸುವುದು

28) ನಗ್ನ ಸ್ನಾನ ಮಾಡುವುದು

29) ನಗ್ನ ಶಯನ (ಮಲಗುವದು) ಮಾಡುವುದು

30) ಸುಳ್ಳು ಹೇಳುವುದು

31) ಶಾಸ್ತ್ರಗಳ ನಿಂದನೆ

32) ಗೋ ಭೂಮಿ, ಸ್ಮಶಾನ ಭೂಮಿ ಅತಿಕ್ರಮಣ ಮಾಡುವುದು

33) ತುಳಸಿ ಮಾತೆಯ ಪೂಜೆ ಮಾಡದ ಕಾರಣ

34) ವಿಷ್ಣುವಿನ ಪೂಜೆ ಮಾಡದ ಕಾರಣ

35) ತಂದೆ ತಾಯಿ ಗೌರವಿಸದೆ ಇರುವುದು

ಈ ಮೇಲ್ಕಾಣಿಸಿದ ಪಾಪ ಕರ್ಮದಿಂದ ಕಲಿಯುಗದ ಆಯುಷ್ಯ ಕ್ಷಯವಾಗಿ 5,000 ವರ್ಷವೇ ಭೋಗವಾಗುತ್ತೆ । ಈ ಎಲ್ಲ ಮಾತುಗಳನ್ನು ಮಹಾಪುರುಷ ಅಚ್ಯುತಾನಂದದಾಸರು ತಮ್ಮ "ಉದ್ಧವ ಭಕ್ತಿ ಪ್ರದಾಯಿನಿ" ಗ್ರಂಥದಲ್ಲಿ ರಚಿಸಿರುತ್ತಾರೆ । ಇದರಲ್ಲಿ ಉದ್ಧವ ಮತ್ತು ಮಹಾಪ್ರಭು ಶ್ರೀ ಕೃಷ್ಣನ ಮದ್ಯದಲ್ಲಿ ಸಂಭಾಷಣೆಯಾಗುತ್ತದೆ ಮತ್ತು ಉದ್ಧವ ಕಲಿಯುಗದ ಅಂತ್ಯದ ಬಗ್ಗೆ ಕೇಳಿರುವ ಪ್ರಶ್ನೆಗಳಿಗೆ ಉತ್ತರ ಹೇಳುತ್ತಾ ಶ್ರೀ ಕೃಷ್ಣನು ಸ್ಪಷ್ಟ ಪಡಿಸಿದ್ದಾನೆ.-

"ಚಾರಿ ಲಕ್ಷ ಅಟೀ ಬತೀಸ ಸಹಸ್ರ ಆಯುಷ್ಯ ಎ ಕಲಿಯುಗ ।
ಪಾಪ ಬಡಿಬಾರು ಆಯು ಕಟಿಜೀಬ ಅಲಪ ಹೋಯಿಬ ಭೋಗ ॥"
(ಉದ್ಧಧವ ಭಕ್ತಿ ಪ್ರದಾಯಿನಿ - ಅಚ್ಯುತಾನಂದ)

ಅರ್ಥಾತ :

ಇದರ ಪ್ರಕಾರ 4,32,000 ವರ್ಷ ಕಲಿಯುಗದ ಆಯು ಕ್ಷಯವಾಗಿ ಕೇವಲ 5,000 ವರ್ಷ ಭೋಗವಿರುತ್ತದೆ । ದ್ವಾಪರ ಯುಗದಲ್ಲಿ ಭಗವಾನ ಶ್ರೀ ಕೃಷ್ಣರ ಜೊತೆಗೆ ಅವರ ಪರಮ ಸಖಾ ಅರ್ಜುನನಿಗೆ ಕಥೆಯ ಕಥನವನ್ನು ಹೇಳುತ್ತಾರೆ ಮತ್ತು ಆ ಸಮಯದಲ್ಲಿ ಅರ್ಜುನ ಮಹಾಪ್ರಭು ಶ್ರೀ ಕೃಷ್ಣಲಿಗೆ ಕಲಿಯುಗ ಅಂತ್ಯ ಧರ್ಮ ಸಂಸ್ಥಾಪನಾ ಮತ್ತು ಭಗವಾನ ಕಲ್ಕಿಯ ಅವತಾರ ಸಂಬಂಧದಲ್ಲಿ ಪ್ರಶ್ನೆ ಮಾಡುತ್ತಾರೆ । ಆಗ ಭಗವಾನ

ಶ್ರೀ ಕೃಷ್ಣನು ಅರ್ಜುನನಿಗೆ ಬಹಳಷ್ಟು ಲೀಲೆಗಳ ಬಗ್ಗೆ ವರ್ಣನೆ ಮಾಡಿರುತ್ತಾರೆ.

ಮಹಾಪುರುಷ ಅಚ್ಯುತಾನಂದ ಮಹಾರಾಜರು ಆ ಮಾತುಗಳನ್ನೇ "ಚೌಪಣ ಪಟಲ ನೀಲಸುಂದರ ಗೀತ" ಇತ್ಯಾದಿ ತಮ್ಮ ಅನೇಕ ಗ್ರಂಥಗಳಲ್ಲಿ ವರ್ಣಿಸಿದ್ದಾರೆ ।

ಅರ್ಜುನನು ಮಹಾಪ್ರಭು ಶ್ರೀ ಕೃಷ್ಣನಿಗೆ ಪ್ರಶ್ನೆ ಮಾಡುತ್ತಾ ಕಲಿಯುಗದ ಆಯುವನ್ನು ಮತ್ತೇ 4,32,000 ವರ್ಷ ಬೋಗವಾಗುವುದು ನಿಶ್ಚಯವಾಗಿದ್ದರೆ ಮತ್ತು ಪಾಪದ ಕಾರಣ ಕಲಿಯುಗ ಕ್ಷಯವಾಗಿ 5000 ವರ್ಷ ಬೋಗವಾಗುತ್ತೆ. ಹಾಗಾದರೆ "ಓ ಭಗವಂತನೇ ಈಗ ದಯಮಾಡಿ ನಮಗೆ ತಿಳಿಸಿರಿ ಯಾವ ಯಾವ ಪಾಪ ಕರ್ಮದಿಂದ ಕಲಿಯುಗದ ಆಯು ಎಷ್ಟು" ?

ಆಗ ಭಗವಾನ ಶ್ರೀ ಕೃಷ್ಣನು ಮುಖ್ಯ ರೂಪದಿಂದ ಯಾವ ಯಾವ ಪಾಪ ಕರ್ಮದಿಂದಾಗಿ ಕಲಿಯುಗ ಎಷ್ಟೇಷ್ಟು ವರ್ಷ ಕ್ಷಯವಾಗುತ್ತದೆ ಅದರ ಬಗ್ಗೆ ವರ್ಣನೆ ಮಾಡಿದ್ದಾರೆ ।

* ಸುಳ್ಳು ಮಾತನಾಡುವ ಕಾರಣಕ್ಕೆ 5,000 ವರ್ಷ.
* ಗಂಗೆಯಲ್ಲಿ ನಗ್ನ ಸ್ನಾನ ಮಾಡುವ ಕಾರಣದಿಂದಾಗಿ 12,000 ವರ್ಷ.
* ಅನ್ಯರ್ಥ (ವಿವಾಹಿತರು) ಪ್ರೀತಿ ಮಾಡುವ ಕಾರಣ 30,000 ವರ್ಷ.
* ಮಿತ್ರನಿಗೆ ದ್ರೋಹ ಮಾಡಿದ ಪಾಪದ ಕಾರಣ 6,000 ವರ್ಷ.
* ಮಹಾವಿಷ್ಣುವಿನ ಪೂಜೆ ಮಾಡದ ಕಾರಣ 17,000 ವರ್ಷ.
* ತುಳಸಿದೇವಿಗೆ ಪೂಜೆ ಮಾಡದ ಕಾರಣ 5,000 ವರ್ಷ.
* ಅತಿಥಿ ಸೇವೆ ಮಾಡದ ಕಾರಣ 6,000 ವರ್ಷ.
* ಅಣ್ಣ ತಮ್ಮಂದಿರಲಿಗೆ ದ್ರೋಹ ಮಾಡಿದ ಪಾಪದ ಕಾರಣ 40,000 ವರ್ಷ.
* ಅಭಕ್ಷ (ಮಾಂಸಾಹಾರ) ತಿನ್ನುವ ಪಾಪದ ಕಾರಣದಿಂದ 8,000 ವರ್ಷ.
* ಮತ್ತೊಬ್ಬರ ಹಣ ಕದ್ದು ಮತ್ತು ಕಸಿದುಕೊಳ್ಳುವ ಪಾಪದ ಕಾರಣ 10,000 ವರ್ಷ.
* ಗೋ ಹತ್ಯೆಯ ಪಾಪದ ಕಾರಣ 1,00,000 ವರ್ಷ.
* ದಾನವನ್ನು ತಪ್ಪು ರೀತಿಯಲ್ಲಿ ಉಪಯೋಗ ಮಾಡುವ ಪಾಪದ ಕಾರಣ 14,000 ವರ್ಷ.
* ವಿಧವಾ ತಾಯಂದಿಯರ ಹೊತೆ ತಪ್ಪು ಕೆಲಸ ಮಾಡುವ ಕಾರಣ 24,000 ವರ್ಷ.
* ಜೀವ ಹತ್ಯೆಯ ಪಾಪದಿಂದ 11,000 ವರ್ಷ.
* ಜಾತಿ, ಧರ್ಮ ವರ್ಣದ ನಿಯಮವನ್ನು ಮೀರಿ (ಪಾಲಿಸದೇ ಪ್ರೀತಿ ಮಾಡುವ ಕಾರಣ) 12,000 ವರ್ಷ.
* ಬ್ರೂಣ ಹತ್ಯೆ ಮಾಡಿದ ಪಾಪದ ಕಾರಣ 7,000 ವರ್ಷ.

* ಸ್ತ್ರೀ ಹತ್ಯೆಯ ಪಾಪದ ಕಾರಣ 32,000 ವರ್ಷ.
* ಗೋ ಚಾರಣ (ಮೆಯಿಸುವ) ಭೂಮಿ, ಸ್ಮಶಾನ ಭೂಮಿ ಹರಣ ಮಾಡಿದ ಕಾರಣ 40,000 ವರ್ಷ.
* ಮಾತೃ ಹರಣ ಮಾಡಿದ ಪಾಪದ ಕಾರಣ 5,000 ವರ್ಷ.
* ವಿಶ್ವಾಸ ಘಾತ ಮಾಡಿದ ಪಾಪದ ಕಾರಣ 40, 000 ವರ್ಷ.
* ಪಿತೃ-ಮಾತೃ ಹತ್ಯೆಯ ಮತ್ತು ಅನ್ಯಾಯ ಮಾಡಿದ ಪಾಪದ ಕಾರಣ 3,000 ವರ್ಷ.

ಈ ಪ್ರಕಾರದಿಂದ ಕಲಿಯುಗದ 4,32,000 ವರ್ಷದಿಂದ 4,27,000 ವರ್ಷ ಕ್ಷಯವಾಗಿ ಮಾತ್ರ 5,000 ವರ್ಷ ಭೋಗವು ಉಳಿದಿರುತ್ತದೆ.

ಮೇಲೆ ಕಾಣಿಸಿದ ವಿಚಾರವನ್ನು ವಿಭಿನ್ನ ಶಾಸ್ತ್ರ ಪುರಾಣ ಮತ್ತು ಮಾಲಿಕಾ ಗ್ರಂಥದಿಂದ ಇದರ ಪ್ರಮಾಣವನ್ನು ಅನೇಕ ಪಾಪ ಕರ್ಮದ ಕಾರಣದಿಂದ ಈ ಯುಗದ ಆಯು ಕ್ಷಯವಾಗಿದೆ. ಜೊತೆಗೆ ಶಾಸ್ತ್ರ ಪುರಾಣದಲ್ಲಿ ವರ್ಣಿತ ಗಣನೆಯ ಪ್ರಕಾರ ವರ್ತಮಾನ ಕಲಿಯುಗಕ್ಕೆ 5,125 ವರ್ಷ ನಡೆಯುತ್ತಿದೆ. ಅರ್ಥಾತ ಕಲಿಯುಗ ಸಂಪೂರ್ಣ ರೂಪದಿಂದ ಸಮಾಪ್ತವಾಗಿದೆ.

ಅಧ್ಯಾಯ – 5
ಧರ್ಮ ಸಂಸ್ಥಾಪನೆಗೋಸ್ಕರ ಭಗವಾನ

ವಿಷ್ಣುವಿನ ದಶಾವತಾರ

ಶ್ರೀಮದ್ ಭಾಗವತ ಗೀತಾದಲ್ಲಿ ಭಗವಾನ ಶ್ರೀ ಕೃಷ್ಣನು ಅರ್ಜುನನಿಗೆ ಹೇಳಿರುವ ಪ್ರಕಾರ

"ಯದಾ ಯದಾ ಹೀ ಧರ್ಮಸ್ಯ ಗ್ಲಾನಿರಬರ್ಭವತಿ ಭಾರತ ।
ಅಭ್ಯುಥಾನಮಧರ್ಮಸ್ಯ ತದಾತ್ಮನ ಸೃಜಾಮ್ಯಹಮ್ ॥
ಪರಿತ್ರಾಣಾಯ ಸಾಧುನಾ, ವಿನಾಶ್ಯಾಯ ಚ ದುಷ್ಕೃತ್ತಾಮ್
ಧರ್ಮ ಸಂಸ್ಥಾಪನಾರ್ಥಯ
ಸಂಬವಾಮಿ ಯುಗೇ ಯುಗೇ"

ಅರ್ಥಾತ :

ಮೇಲ್ಕಾಣಿಸಿದ ಶ್ಲೋಕದಲ್ಲಿ ಸ್ಪಷ್ಟ ರೂಪದಲ್ಲಿ ಹೇಳಲಾಗಿದೆ. ನಾನು ಪ್ರಕಟವಾಗುತ್ತೇನೆ, ನಾನು ಯಾವ ಯಾವ ಸಮಯದಲ್ಲಿ ಧರ್ಮನಾಶವಾಗುತ್ತೊ ಆಗ ನಾನು ಭೂಮಿಯ ಮೇಲೆ ಅವತಾರ ತಾಳುತ್ತೇನೆ. ಯಾವ ಯಾವ ಸಮಯದಲ್ಲಿ ಅಧರ್ಮ ಹೆಚ್ಚಾಗುತ್ತೊ ಆಗಾಗ ನಾನು ಭೂಮಿಯ ಮೇಲೆ ಅವತರಿಸುತ್ತೇನೆ. ಸಜ್ಜನರ ರಕ್ಷಣೆಗೋಸ್ಕರ ನಾನು ಬರುತ್ತೇನೆ. ದುಷ್ಟರ ವಿನಾಶ ಮಾಡಲು ನಾನು ಬರುತ್ತೇನೆ. ಧರ್ಮ ಸಂಸ್ಥಾಪನೆಗೋಸ್ಕರ ನಾನು ಬರುತ್ತೇನೆ ಮತ್ತು ಯುಗ ಯುಗಗಳಲ್ಲಿ ನಾನು ಮಾನವ ರೂಪದಲ್ಲಿ ಜನ್ಮ ತೆಗೆದುಕೊಳ್ಳುತ್ತಿರುತ್ತೇನೆ ।

"ಜಬ-ಜಬ ಹೋಲಯ ಧರ್ಮ ಕೀ ಹಾನಿ
ಬಾಡಹೀ ಅಸೂರ ಅಧಮ್ ಅಭಿಮಾನಿ
ತಬ ತಬ ಧರಿ ಪ್ರಭು ವಿವಿಧ ಶರೀರಾ
ಹರಹೀ ದಯಾನಿಧಿ ಸಜ್ಜನ ಪೀರಾ"

ಅರ್ಥಾತ :

ಪದ್ಯ ಪಂಕ್ತಿಯಲ್ಲಿ ಗೋಸ್ವಾಮಿ ತುಲಸಿದಾಸರು ಹೇಳಿರುವ ಪ್ರಕಾರ ಯಾವ ಯಾವ ಸಮಯದಲ್ಲಿ ಧರ್ಮದ ಹಾನಿಯಾಗುತ್ತೊ ಅಸುರ ದುರಾಚ್ಯಾಲ ಜನರ ಅಧರ್ಮ ಅತ್ಯಾಚ್ಯಾರ, ದುರಾಚ್ಯಾರ ಹೆಚ್ಚಾಗುತ್ತೊ ಆಗಾಗ ಕೃಪಾನಿಧಾನ ಭಗವಾನ ವಿಷ್ಣು ವಿಭಿನ್ನ ಶರೀರ ಅರ್ಥಾತ ಅವತಾರ ದಾರಣ ಮಾಡುತ್ತಾರೆ । ಅಸೂರರ ಸಂಹಾರ ಮಾಡಿ ಸಾಧು-ಸಂತ, ಮನುಷ್ಯ-ದೇವತೆಗಳ ಉದ್ಧಾರ ಮಾಡುತ್ತಾರೆ. ಅದೇ ಲೆತಿ ಭಗವಾನ ವಿಷ್ಣು ಬೇರೆ ಬೇರೆ ಯುಗಗಳಲ್ಲಿ ಬೇರೆ ಬೇರೆ ಅವತಾರಗಳನ್ನು ತಾಳಿದ್ದಾರೆ । ಸತ್ಯಯುಗದಲ್ಲಿ ಭಗವಾನ ನಾರಾಯಣರು ಐದು (5) ಅವತಾರ ತೆಗೆದುಕೊಂಡಿದ್ದರು. ಈ ಲೆತಿಯಾಗಿವೆ. ಮತ್ಸ್ಯ ಅವತಾರ, ಕಚ್ಛಪ/ಕುರ್ಮ ಅವತಾರ, ವರಾಹ/ಶ್ಯೂಕರ ಅವತಾರ, ನರಸಿಂಹ ಅವತಾರ ಮತ್ತು ವಾಮನ ಅವತಾರ । ಅದೇ ಲೆತಿ ತ್ರೈತಾಯುಗದಲ್ಲಿ ಭಗವಾನ ನಾರಾಯಣರು ಎರಡು ಅವತಾರಗಳನ್ನು

ತೆಗೆದುಕೊಂಡಿದ್ದರು. ಒಂದು ರಾಮ ಅವತಾರ ಮತ್ತು ಪರಶುರಾಮ/ಭ್ರುಗುಪತಿ ಅವತಾರ। ಮತ್ತೇ ದ್ವಾಪಾರ ಯುಗದಲ್ಲಿ ನಾರಾಯಣ ಎರಡು ಅವತಾರಗಳನ್ನು ತೆಗೆದುಕೊಂಡಿದ್ದರು ಅವುಗಳೆಂದರೆ ಕೃಷ್ಣ ಅವತಾರ ಮತ್ತು ಹಲಧರ/ಬಲರಾಮ ಅವತಾರ।

ಈ ಕಲಿಯುಗದಲ್ಲಿ ಭಗವಾನ ನಾರಾಯಣ ಒಟ್ಟು ಮೂರು ಅವತಾರಗಳನ್ನು ತೆಗೆದುಕೊಂಡಿದ್ದರು ಆದರೇ ಅದರಲ್ಲಿಯ ಎರಡರ ವರ್ಣನೆಯನ್ನು ಈ ದಶಾವತಾರದಲ್ಲಿ ಮಾಡಲಾಗಿದೆ। ಕವಿ ಜಯದೇವ ಮಹಾರಾಜರು ಗೀತ ಗೋವಿಂದ ಹಾಗೂ ಭಾಗವತ್ ಶಾಸ್ತ್ರ ಆದಿ ಅನೇಕ ಗ್ರಂಥಗಳಲ್ಲಿ ದಶಾವತಾರ ವಿಷಯದ ಬಗ್ಗೆ ವರ್ಣನೆ ಸಿಗುತ್ತದೆ। ಆ ದಶಾವತಾರದ ಬಗ್ಗೆ ಸಂಕ್ಷಿಪ್ತ ವಿವರಣೆ -

1. ಮತ್ಸ್ಯ ಅವತಾರ

ಶ್ರೀಮದ್ ಭಾಗವತ್ ಮಹಾಪುರಾಣದಲ್ಲಿ ಭಗವಾನರ ಮತ್ಸ್ಯ ಅವತಾರದ ಬಗ್ಗೆ ಮಹರ್ಷಿ ವೇದವ್ಯಾಸ ಮಹಾರಾಜರು ಹೇಳಿರುವ ಪ್ರಕಾರ -

"ಆಸಿದತಿತಕಲ್ವಾಂತೆ ಬ್ರಾಹ್ಮೋ ನ್ಯೆಮಿತ್ತಿಕೋ ಲಯಃ।
ಸಮುದ್ರೋಪಲ್ಪುತಾಸ್ತ್ರ ಲೋಕಾ ಬುರಾದಯೋ ನ್ಯಪ।
ಕಾಲೇನಾಗತನಿದ್ರಾಸ್ಯ ಧಾತುಃ ಶೀಶಯಿಷೋಬ್ರಲೀ।
ಸುಖತೋ ನಿಶ್ಯತಾನ ವೇದಾತ್ ಹಯಗ್ರೀಯೋಂದಂತಿಕೆಂದಹರತ್॥
ಜ್ಞಾತ್ವಾ ತಹದಾನಬೆಂದ್ರಸ್ಯ ಹಯಗ್ರೀವಸ್ಯ ಚೇಷ್ಟಿತಮ್।
ದಧಾರ ಶಫರೀರೂಪಂ ಭಗವಾನ ಹರಿರಿಶ್ವರ॥
ಅತೀತಪ್ರಲಯಾಪಾಯ ಉತ್ಥಿತಾಯ ಸ ಬಿದಸೆ।
ಹತ್ವಾಸುರಂ ಹಯಗ್ರೀವಂ ವೇದಾನ್ ಪ್ರತ್ಯಾಹರಂಧರಿ॥"

ಶ್ರೀಮದ್ ಭಾಗವತ್ ಮತ್ಸ್ಯಾವತಾರಕಥಾ -ಅಷ್ಟಮೇಸ್ಕಂದ ಚತುರವಿಂಶೋದ್ಯಾಯಃ

ಶ್ರೀ ಜಯದೇವ ಮಹಾರಾಜರು ಮತ್ಸ್ಯ ಅವತಾರ ಬಗ್ಗೆ ತಮ್ಮ ಗೀತ ಗೋವಿಂದದಲ್ಲಿ ಈ ರೀತಿಯಾಗಿ ವರ್ಣಿಸಿದ್ದಾರೆ.

"ಪ್ರಲಯ ಪ್ರಯೋದಿ ಜಲೆ ದೃತವಾನಸಿ ವೇದಮ್
ವಿಹಿತ ವಹೀತ್ರ ಚರಿತ್ರಂ ಅಖೇದಮ್॥
ಕೇಶವ ದೃತ ಮೀನ ಶರೀಶ ಜಯ ಜಗದೀಶ ಹರೇ॥"

ಅರ್ಥಾತ :

ಮೇಲೆ ಕಾಣಿಸಿದ ಎರಡು ಶ್ಲೋಕದಲ್ಲಿ ಇದೇ ತರನದ ಅರ್ಥ ಕಾಣಿಸಿಗುತ್ತದೆ. ಮತ್ಸ್ಯ ಅವತಾರದಲ್ಲಿ ಪ್ರಕಟವಾಗಿ ಪ್ರಭುವು ಭಗವಾನ ವಿಷ್ಣು ಮನುವಿನ ನೌಕೆಯ ಮುಖಾಂತರ ಮಾನವ ಜಾತಿಯನ್ನು ವಿನಾಶಕಾರಿ ಪ್ರಲಯದಿಂದ ರಕ್ಷಣೆ ಮಾಡಿದ್ದರು। ಆ ಮಾಧ್ಯಮದಿಂದ ಭಗವಾನ ವಿಷ್ಣು ಧರ್ಮ ಸಂಸ್ಥಾಪನೆಯ ಕಾರ್ಯವನ್ನು ಮಾಡಿದ್ದರು।

ಹಯಗ್ರೀವ ಅಂತಾ ಒಬ್ಬ ದಾನವ (ರಾಕ್ಷಸ)ನು ವೇದಗಳನ್ನು ಅಪಹರಿಸಿ ಮತ್ತು ಸ್ವತಃ ಆಳವಾದ ಸಮುದ್ರ ನೀರಿನಲ್ಲಿ ಅಡಗಿ ಕುಳಿತ್ತಿದ್ದನು। ಭಗವಾನ ವಿಷ್ಣು ಮತ್ಸ್ಯ ಅವತಾರ ತೆಗೆದುಕೊಂಡು ಮತ್ತು ಹಯಗ್ರೀವನನ್ನು ಸಂಹರಿಸುವ ಉದ್ದೇಶದಿಂದ ಅವನೊಂದಿಗೆ ಭಯಂಕರವಾದ ಯುದ್ಧ ಮಾಡಿ ಸಂಹಾರ ಮಾಡಿದನು. ಮತ್ತು ವೇದಗಳ ಉದ್ಧಾರ ಮಾಡಿ ಅದನ್ನು ಬ್ರಹ್ಮದೇವರಿಗೆ ಒಪ್ಪಿಸಿದರು। ಸಪ್ತ ಋಷಿಗಳನ್ನು ಕೂಡಾ ಭಗವಾನ ವಿಷ್ಣು ಮತ್ಸ್ಯ ಅವತಾರದಲ್ಲಿ ಉದ್ಧಾರ ಮಾಡಿದ್ದರು।

2. ಕಚ್ಛಪ / ಕುರ್ಮಾ ಅವತಾರ

ಶ್ರೀಮದ್ ಭಾಗವತ್ ಮಹಾಪುರಾಣದಲ್ಲಿ ಮಹರ್ಷಿ ವೇದವ್ಯಾಸ ಮಹಾರಾಜರು ಕಚ್ಛಪ ಅವತಾರ ಬಗ್ಗೆ ವಿವರಿಸಿದ್ದಾರೆ -

"ಪೃಷ್ಠೆ ಭ್ರಾಮ್ಯದಮಂದಮಂದರಗಿರಿ - ಗ್ರಾವಾಗ್ರಕಂಡವಯನಾನಿದ್ರಾಲೋ
ಕಮಠಾಕೃತೇರ್ಬಗವತಃ ಸ್ವಾಸಾನಿಲಾ ಃ ಪಾಂತು ವಃ।
ಯತಸಂಸ್ಕಾರ ಕಲಾನುವರ್ತನ ಬಷ್ಮಾದ್ ಬೇಲಾನಿಭೇನಾಯಸಾಂ
ಜತಾಯಾತಮತಂದ್ರಿಂತಂ ಜಲನಿಧೆರ್ನದ್ಯಾಪಿ ವಿಶ್ರಾಮ್ಯತಿ ॥
ಶ್ರೀಮದ್ ಭಾಗವತ ಪುರಾಣಮ್। ಸ್ಕಂದಃ 12 ಅಧ್ಯಾಯ - 13"

ಕುರ್ಮಾ ಅಂದರೆ ಆಮೆಯ ಅವತಾರ ಭಗವಾನ ವಿಷ್ಣು ಧೂದ ಸಮುದ್ರ (ಹಾಲಿನ ಸಾಗರ)ದ ತಳದಲ್ಲಿ ಇದ್ದುಕೊಂಡು ಸಮುದ್ರ ಮಂಥನಗೋಸ್ಕರ ತಮ್ಮ ಪೀಟವನ್ನು (ಬೆನ್ನು) ಮಂದರಾಚಲ ಪರ್ವತದ ಆಧಾರವನ್ನು ಹಗ್ಗವನ್ನಾಗಿ ಮಾಡಿದ್ದರು ।

ಯಾವ ಸಮಯ ದೇವತೆಗಳಿಗೆ ರಾಕ್ಷಸರಿಂದ ತಮ್ಮ ಅಧಿಕಾರ ಕಳೆದುಕೊಳ್ಳುವ ಭಯ ಉಂಟಾಯಿತೋ ಆಗ ಭಗವಾನ ವಿಷ್ಣು ಅವರಿಗೆ ಸಮುದ್ರ ಮಂಥನ ಮಾಡುವ ಸಲಹೆಯನ್ನು ಕೊಟ್ಟಿದ್ದರು.

ಯಾಕೆಂದರೆ ಅವರು ಅಮೃತ ಪ್ರಾಪ್ತಿ ಮಾಡಿಕೊಳ್ಳಲಿ ಅಂತಾ ಅದು ಅವರನ್ನು ಶಕ್ತಿಯುತ ರಾಗುವಂತೆ ಮತ್ತು ಅಮರವಾಗುವಂತೆ ಮಾಡುತ್ತದೆ । ಸಮುದ್ರ ಮಂಥನದಲ್ಲಿ ರಾಕ್ಷಸರ ಸಹಾಯತ ಪ್ರಾಪ್ತಿ ಮಾಡಿಕೊಳ್ಳುವ ಉದ್ದೇಶದಿಂದ ದೇವತೆಗಳು ರಾಕ್ಷಸರ (ದೈತ್ಯ) ಜೊತೆ ಸಂಧಾನ ಮಾಡಿಕೊಂಡರು. ಮತ್ತು ಎಲ್ಲ ವಸ್ತುಗಳನ್ನು ಪ್ರಾಪ್ತಿ ಮಾಡಿಕೊಳ್ಳಲು ಅವರೆಲ್ಲರೂ ಕೂಡಿಕೊಂಡು ಸಮುದ್ರ ಮಂಥನ ಮಾಡಿದರು

"ಕ್ಷಿತಿರತಿ ವಿಪೂಲ ತರೆ ತವ ತಿಷ್ಠತಿ ಪೃಷ್ಠೆ ।
ಧರಣಿಧಾರಣಕಿಣ ಚಕ್ರ ಗರಿಷ್ಠೆ ।
ಕೇಶವ ದೃತ ಕಚ್ಛಪ ರೂಪ,
ಜಯ ಜಗದೀಶ ಹರೇ ॥"

ಯಾವಾಗ ಪೃಥ್ವಿಯ ಮೇಲೆ ಕತ್ತಲೆ, ಕಡುಗತ್ತಲೆವಿತ್ತೋ ಆಗ ಬೆಳಕನ್ನು ಪ್ರಕಾಶಿಸಲು ಭಗವಾನ ವಿಷ್ಣುವು ಕಚ್ಛಪ ಅವತಾರ ತೆಗೆದುಕೊಂಡರು ಮತ್ತು ಪೃಥ್ವಿಯನ್ನು ತಮ್ಮ ಕೋರೆ ಹಲ್ಲಿನ ಮೇಲೆ ಎತ್ತಿಕೊಂಡು ಸೂರ್ಯನ ಕಕ್ಷ ಪಥದಲ್ಲಿ ಸ್ಥಾಪಿಸಿದರು..

3. ವರಾಹ ಅವತಾರ

ಶ್ರೀಮಧ್ ಭಾಗವತ್ ಮಹಾಪುರಾಣದಲ್ಲಿ ಮಹರ್ಷಿ ವೇದವ್ಯಾಸ ಮಹಾರಾಜರು ವರಾಹ ಅವತಾರದ ಬಗ್ಗೆ ವಿವರಿಸಿದ್ದಾರೆ.

"ತಮಾಲನೀಲ ಸೀತದಂತಕೋಟ್ಟಯಾ
ಕ್ಷ್ಮಾಮುಕ್ಷಿಪಂತ ಗಜಲೀಲಯಾಂಗ ।
ಪ್ರಜ್ಞಾಯ ಬಂದ್ಯಾಜಲಯೋಂಧನುವಾಕ್ಯೆ -
ಬ್ರೀರಂಚಿ ಮುಖ್ಯಾ ಉಪತಸ್ಥುಲೀಶಮ್ ॥"

ಕವಿ ಜಯದೇವ ತಮ್ಮ ಗ್ರಂಥ ಗೋವಿಂದದಲ್ಲಿ ವರಹಾ ಅವತಾರದ ಬಗ್ಗೆ ಉಲ್ಲೇಖಿಸಿರುತ್ತಾರೆ.

"ವಶತಿ ದಶನ ಶಿಖರೆ ಧರಣಿ ತವ ಲಗ್ನಾ ।
ಶಶಿನೀ ಕಲಂಕ ಕಲೆವ ನಿಮಗ್ನಾ ।
ಕೇಶವ ಧೃತ, ಶೂಕರ ರೂಪ,
ಜಯ ಜಗದೀಶ ಹರೇ"

ಅರ್ಥಾತ :

ಹಿರಣಾಕ್ಷನೆಂಬ ರಾಕ್ಷಸನು ಪೃಥ್ವಿಯನ್ನು ಸಮುದ್ರದ ತಳಕ್ಕೆ (ಕೆಳಗಡೆ) ಎಳೆಯುತ್ತಾ ತೆಗೆದುಕೊಂಡು ಹೋಗಿದ್ದ. ಆಗ ಪೃಥ್ವಿಯ ರಕ್ಷಣೆ ಮಾಡುವ ಉದ್ದೇಶದಿಂದ ಭಗವಾನ ವಿಷ್ಣು ವರಹಾ (ಹಂದಿಯ) ರೂಪ ಧಾರಣ ಮಾಡಿದ್ದರು. ಮತ್ತು ಸಾವಿರಾರು ವರ್ಷಗಳ ಯುದ್ಧದ ನಂತರ ಅವರು ಹಿರಣಾಕ್ಷ ರಾಕ್ಷಸನ ಸಂವಾರ ಮಾಡಿ ಪೃಥ್ವಿಯನ್ನು ರಕ್ಷಿಸಿದ್ದರು ।

4. ನರಸಿಂಹ ಅವತಾರ

ಶ್ರೀಮಧ್ ಭಾಗವತ್ ಮಹಾಪುರಾಣದಲ್ಲಿ ಮಹರ್ಷಿ ವೇದವ್ಯಾಸರು ನರಸಿಂಹ ಅವತಾರದ ಬಗ್ಗೆ ವಿವರಿಸಿದ್ದಾರೆ -

"ದೀಚಿಸ್ವಶತ್ಕಾಯ ಮದಿರ್ಗಿ ಬರಗ್ರೀಬೋರುಬಕ್ಷಃ ಸ್ಥಲಮಲುಮದ್ಯಾಮ।
ಚಂದ್ರಾಶುಗ್ಗೈರೈಶ್ಚುರಿತಂ ತದ್‌ವರುಹೃರ್ವೀಶ್ವರಾಖುಜಾದಿಕಶತಂ
ನಖಾಯುದ್ದದಮ್‌॥

ವಿಶ್ವಕ್ಕ ಸ್ಪುರಂತಂ ಗ್ರಹಣಾತೂರಂ ಹರಿಚ್ಯಾಲೋ ಯಥಾಂದಂದಂಖು
ಕುಲಿಶಾಕ್ಷತತ್ವಜಮ್‌।"
ದೃವಾರ್ವರ ಆಪಾತ್ಯ ದದಾರ ಊಲಾಯ ನಖ್ಯೆಯಿರ್ಥಾಹಿಂ ಗರೂಡೋಂ
ಮಹಾವಿಶಂ ॥
ಭಾಗವತ್ ಪುರಾಣ ಸ್ಕಂಧ 7- ಅಧ್ಯಾಯ 8 ಶ್ಲೋಕ್ 29

ಕವಿ ಜಯದೇವರು ತಮ್ಮ ಗೀತ ಗೋವಿಂದದಲ್ಲಿ ನರಸಿಂಹ ಅವತಾರದ ಬಗ್ಗೆ ವಿವರಿಸಿದ್ದಾರೆ.

"ತವ ಕರ ಕಮಲವರೆ ನಖಮದ್ಭುತ ಶೃಂಗಮ್
ದಲಿತ ಹಿರಣ್ಯಕಶಿಪು ತನು ಬೃಂಗಮ್ ।
ಕೇಶವ ದೃತ ನರ ಹರಿ ರೂಪ, ಜಯ ಜಗದೀಶ ಹರೇ"

ಅರ್ಥಾತ :

ಮೇಲ್ಕಾಣಿಸಿದ ಪಂಕ್ತಿಯ ಅರ್ಥವು ಈ ರೀತಿಯಾಗಿದೆ. ಈ ಅವತಾರದಲ್ಲಿ ಭಗವಾನ ವಿಷ್ಣುವು ಅರ್ಧ ನರ ಮತ್ತು ಅರ್ಧ ಸಿಂಹದ ರೂಪದಲ್ಲಿ ತಮ್ಮ ಭಕ್ತ ಪ್ರಲ್ಹಾದನನ್ನು ತಮ್ಮ ತಂದೆ (ದಾನವ ರಾಜಾ ಹಿರಣ್ಯಕಷಪು)ವಿನ ಅತ್ಯಾಚಾರದಿಂದ ರಕ್ಷಿಸಿದ್ದರು. ಹಿರಣ್ಯಕಷಿಪುವಿಗೆ ವರದಾನವಿತ್ತು. ಅವನ ಮೃತ್ಯುಯು ಯಾವ ಮನುಷ್ಯನಿಂದಲೂ ಅಥವಾ ಯಾವ ಪ್ರಾಣಿಯಿಂದಲೂ ಮೃತ್ಯುವಾಗಬಾರದು ಗಾಳಿಯಲ್ಲಿ, ನೀಲಿನಲ್ಲಿ, ಸಮುದ್ರದಲ್ಲಿ, ಮನೆಯಲ್ಲಿ, ಮನೆಯ ಹೊರಗಡೆ, ರಾತ್ರಿಯಲ್ಲಿ, ಹಗಲಿನಲ್ಲಿಯೂ ಯಾವ ಅಸ್ತ್ರದಿಂದಲೂ ಯಾವುದೇ ಶಸ್ತ್ರದಿಂದಲೂ ಮತ್ತು ಯಾರಿಂದಲೂ ಮರಣವಾಗಬಾರದು. ಈ ವರದಾನವನ್ನು ಪಡೆದುಕೊಂಡು ಅವನು ತನ್ನಷ್ಟಕ್ಕೆ ತಾನೇ ಅಮರನೆಂದು ತಿಳಿದುಕೊಂಡಿದ್ದನು

ಭಗವಾನ ನರಸಿಂಹ ಒಂದು ಸ್ತಂಭದಿಂದ ಹೊರಗೆ ಬಂದು ಹಿರಣ್ಯಕಷಪನನ್ನು ತಮ್ಮ ತೊಡೆಯ ಮೇಲೆ ಕುಳ್ಳಿರಿಸಿಕೊಂಡು ಬಾಗಿಲಿನ ಪ್ರವೇಶದ ದ್ವಾರದ ಮೇಲೆ ಭಗವಾನನು ತಮ್ಮ ಉದ್ದವಾದ ಉಗುರುನಿಂದ ಅವನ ಹೊಟ್ಟೆಯನ್ನು ಹರಿದು ಹಾಕಿದನು.

5. ವಾಮನ ಅವತಾರ

ಶ್ರೀಮಧ್ ಭಾಗವತ್ ಮಹಾಪುರಾಣದಲ್ಲಿ ಮಹರ್ಷಿ ವೇದವ್ಯಾಸ ಮಹಾರಾಜರು
ಹೇಳಿರುವ ಪ್ರಕಾರ –

"ಯತ್ ತದ್ ಬಹುಬರ್ಾತ ಚಿಘುಷಣಾಯುಧ್ಯೈರಬ್ಯುಕ್ತಚಿದ್
ಬ್ಯುಕ್ತಮಧಾರಯಂದರಿಃ ।
ಬಬುವ ತೆನ್ಮೈಬ ಸ ವಾಮನೋ ಬಟುಃ ಸಂಪಶ್ಯತೆದ್ರಿವ್ಯಗತಿರ್ಯೆತಾ ನಟಃ"
ಶ್ರೀಮಧ್ ಭಾಗವತ್ ಪುರಾಣ – ಅಷ್ಟಮಃ ಸ್ಕಂದಃ ಅಷ್ಟಾದಶೋಧ್ಯಾಯಃ ಶ್ಲೋಕ್ 12

"ಧಾತು ಕಮಂಡಲುಜಲಂ ತದುರುಕ್ರಮತ್ಸ್ಯ,
ಪಾದಾಬನೇಜನ ಪವಿತ್ರತಯಾ ನರೇಂದ್ರ ।
ಸ್ವರ್ಧುನ್ಯಘುನ್ನಭಸಿ ಪತತೀ ನಿಮಾಷ್ಟೀ,
ಲೋಕತ್ರಯಂ ಭಗವತೋ ಚಿಶದೇವ ಕೀರ್ತಿ ॥"
ಶ್ರೀಮಧ್ ಭಾಗವತ್ ಮಹಾಪುರಾಣ / ಸ್ಕಂದಃ8 / ಅಧ್ಯಾಯಃ 21

ಕವಿ ಜಯದೇವರು ತಮ್ಮ ಗೀತ ಗೋವಿಂದದಲ್ಲಿ ಈ ತರನಾದ ಪ್ರಮಾಣ
ಮಾಡಿರುತ್ತಾರೆ –

"ಛಲಯಸಿ ವಿಕ್ರಮಣೆ ಬಲೀಮದ್ಭುತವಾಮನ,
ಪದನಖನೀರಜನಿತ ಜನ ಪಾವನ,
ಕೇಶವ ಧೃತ, ವಾಮನ ರೂಪ,
ಜಯ ಜಗದೀಶ ಹರೇ"

ಅರ್ಥಾತ :

ಮೇಲ್ಕಾಣಿಸಿದ ಎರಡೂ ವಿಚಾರಗಳ ಅರ್ಥ ಈ ತೆರನಾಗಿದೆ ಈ ಅವತಾರವೂ (ಒಂದು ಕೈಯಲ್ಲಿ ನೀರಿನ ಕಮಂಡಲ ಮತ್ತು ಮತ್ತೊಂದು ಕೈಯಲ್ಲಿ ಛತ್ರಿಯನ್ನು ಧಾರಣ ಮಾಡಿರುವಂತಹ ಬಾಲ ಬ್ರಾಹ್ಮಣನ ರೂಪದಲ್ಲಿ ತೋರಿಸಿದ್ದಾರೆ) ಇಂದ್ರನ ಸಾಮ್ರಾಜ್ಯವನ್ನು ಪುನಃ ಪ್ರಾಪ್ತ ಮಾಡಲಿಕೋಸ್ಕರ ತೆಗೆದುಕೊಂಡ ಅವತಾರವೇ ವಾಮನ ಅವತಾರ ।

ರಾಜಾ ಬಲಿ ಹಿರಣ್ಯಕಶಿಪುವಿನ ಮೊಮ್ಮಗನಾಗಿದ್ದ ಅವನು ತನ್ನ ತಪಸ್ಸಿನ ಬಲದಿಂದ ಮೂರು ಲೋಕಗಳಲ್ಲಿ ತನ್ನ ಅಧಿಪತ್ಯ (ಅಧಿಕಾರ) ಸ್ಥಾಪನೆ ಮಾಡಿದ್ದ । ಆಗ ಆತನ ಪ್ರತಿಷ್ಠೆ ಇಂದ್ರನ ಮೇಲೆ ಒತ್ತಡ ಹೆಚ್ಚಾಗ ತೊಡಗಿತು. ಆಗ ಇಂದ್ರನು ತನ್ನ ಪ್ರಭುತ್ವ ಸ್ಥಾಪಿತ ಮಾಡಲಿಕೊಸ್ಕರ ಭಗವಾನ ವಿಷ್ಣುವಿನಲ್ಲಿ ಸಹಾಯ ಬೇಡಿದನು. ಭಗವಾನ ವಿಷ್ಣುವು ಒಬ್ಬ ಬಾಲ ಬ್ರಾಹ್ಮಣ ರೂಪವನ್ನು ಧಾರಣ ಮಾಡಿಕೊಂಡು ಮತ್ತು ರಾಜಾ ಬಲಿಗೆ ಹೇಳಿದರು ತಮಗೆ ಭೂಮಿಯ ಒಂದು ತುಣುಕನ್ನು 3 ಪಾದ ಭೂಮಿಯನ್ನು ಧಾನವಾಗಿ ಪ್ರಧಾನ ಮಾಡು ಅಂತಾ ಕೇಳಿದರು. ಆಗ ಅವನು ಆಗಲಿ ಅಂತಾ ಬಲಿಯು ಅವರಿಗೆ ವಚನ ನೀಡಿದನು. ಆಗ ಭಗವಾನ ವಿಷ್ಣು ತಮ್ಮ ಅಲೌಖಿಕ ಶಕ್ತಿಯನ್ನು ಉಪಯೋಗ ಮಾಡಿಕೊಂಡು ಮೊದಲನೆ ಎರಡು ಚರಣದಲ್ಲಿ (ಪಾದಗಳಲ್ಲಿ) ಪೃಥ್ವಿ ಮತ್ತು ಸ್ವರ್ಗ ಅತಿಕ್ರಮಿಸಿದನು.

ಮತ್ತೆ ಆಗ ರಾಜಾ ಬಲಿಗೆ ಅವನ ರಾಜ್ಯದಿಂದ ವಂಚಿತ ಮಾಡಿದನು. ಆದರೇ ರಾಜಾ ಬಲಿಯೂ ತನ್ನ ಉದಾರ ಗುಣವನ್ನು ತೋರಿಸಿದನು. ಮತ್ತು ಭಗವಾನ ವಾಮನರಿಗೆ ಹೇಳಿದನು ತಮ್ಮ ಮೂರನೇ ಪಾದವನ್ನು ನನ್ನ ತಲೆಯ ಮೇಲೆ ಇಡೀ ಅಂತಾ ಆಗ ಭಗವಾನ ವಿಷ್ಣು ರಾಜಾ ಬಲಿಯ ದೊಡ್ಡ ಗುಣವನ್ನು (ಉದಾರತಾ) ನೋಡಿ ಪ್ರಸನ್ನರಾದರೂ ಮತ್ತು ರಾಜಾ ಬಲಿಯನ್ನು ಪಾತಾಳ ಲೋಕದ ಅಧಿಪತಿಯನ್ನಾಗಿ ಮಾಡಿದರು ।

6. ಪರಶುರಾಮ ಅವತಾರ

ಶ್ರೀಮಧ್ ಭಾಗವತ್ ಮಹಾಪುರಾಣದಲ್ಲಿ   ಮಹರ್ಷಿ   ವೇದವ್ಯಾಸರ ತಿಳಿಸಿರುವ ಪ್ರಕಾರ -

"ಅವತಾರೆ ಶೋಡಷಮೆ ಪಶ್ಯನ ಬ್ರಹ್ಮದ್ರುಹನ್ಯಪಾನ ।
ತ್ರಿಸಪ್ತಕೃತ್ವಃ ಕೃಪಿತೋನಿಃ ಕ್ಷತ್ರಾ ಮಕರೋನ ಮಹೀಮ್ ॥"
"ಆಸ್ತೋಂಧದಯಾಪಿ ಮಹೇಂದ್ರಾದ್ಯೈ ನ್ಯಸ್ತಾಂದಂಡಃ ಪ್ರಶಾಂತಧಿಃ ।
ಉಪಗಿಯಮಾನಚರೀತಃ ಸಿಂಧಗಂದರ್ವ ಚಾರಣ್ಯೈಃ ॥
ಎವಂ ಭೃಗುಷು ಚಿಶ್ವಾತ್ಮ ಭಗವಾನ ಹರಿರೀಶ್ವರಃ ।
ಅಬತೀರ್ಯ ಪರಂ ಭಾರಂ ಭೂಭೋದಂಹನ ಬಹುಶೋನೃಪಾನ್ ॥"

ಕವಿ ಜಯದೇವರು ತಮ್ಮ ಗ್ರಂಥ "ಗೋವಿಂದ ಗೀತ" ದಲ್ಲಿ ಬರೆಯುತ್ತಾರೆ -

"ಕ್ಷತ್ರೀಯರುಧೀರಮಯೇ ಜಗದಪಗತಪಾಪಮ್
ಸ್ನಪಯಸಿ ಪಯಸಿ ಶಮೀತಭವತಾಪಮ್ ।
ಕೇಶವ ಧೃತ, ಭೃಗುಪತಿ ರೂಪ,
ಜಯ ಜಗದೀಶ ಹರೇ ।"

ಅರ್ಥಾತ :

ಈ ಎರಡೂ ಶ್ಲೋಕದಲ್ಲಿ ಕೊಟ್ಟಿರುವಂತಹ ವಿಚಾರಗಳ ಅರ್ಥ ಭಗವಾನ ವಿಷ್ಣುವು ತ್ರೇತಾ ಯುಗದಲ್ಲಿ ಪರಶುರಾಮ "ಬೃಗುಪತಿ" ರೂಪದಲ್ಲಿ ಅವತಾರ ತಾಳಿದ್ದರು । ಪರಶುರಾಮ (ಬಲಗೈಯಲ್ಲಿ ಒಂದು ಕೊಡಲಿಯ ಜೊತೆಗೆ ಅವರ ಸ್ವರೂಪದ ವರ್ಣನೆ ಮಾಡಿರುತ್ತಾರೆ). ಭಗವಾನ ವಿಷ್ಣುವಿನ ಆರನೇ ಅವತಾರ ಈ ಅವತಾರದ ಸಮಯದಲ್ಲಿ ಮಹಾಪ್ರಭು ಪರಶುರಾಮರು ಕ್ಷತ್ರಿಯರ ರಕ್ತದಿಂದ ಭೂಮಿ ತಾಯಿಯನ್ನು ಶಾಂತಗೊಳಿಸಿದ್ದರು ಎಂದು ಹೇಳಲಾಗುತ್ತದೆ । ಅವರು ತಮ್ಮ ತಂದೆಯ ನಿಧನದಿಂದ ಕ್ರೋದಿತರಾಗಿ 21 ಬಾರಿ ಕ್ಷತ್ರಿಯರನ್ನು ಪೃಥ್ವಿಯಿಂದ ಮುಕ್ತ ಮಾಡಿದ್ದರು ।

7. ರಾಮ ಅವತಾರ

ಶ್ರೀಮಧ್ ಭಾಗವತ್ ಮಹಾಪುರಾಣದಲ್ಲಿ   ಮಹರ್ಷಿ ವೇದವ್ಯಾಸರ ವರ್ಣಿಸಿರುವ ಪ್ರಕಾರ -

"ತತಃ ಪ್ರಜಗ್ಮುಃ ಪಶಮಂಮರುದ್ದಗಣಾ
ದಿಶಃ ಪ್ರಸೆಹುರ್ವಿಮಲ ನಖೋಂದದ್ದವತ್ ।
ಮಹಿ ಚಕಂಪೆ ನ ಚ ಮಾರುತೋ ಬಭೈ,
ಸ್ಥಿರ ಬ್ರಭಶ್ವಾಪ್ಯಭವತ್ ದಿವಾಕರಃ ॥"
- ರಾಮಾಯಣಂ/ ಯುದ್ಧಕಾಂಡಮ್/ಸರ್ಗಃ 111

ಈ ಪ್ರಕಾರವಾಗಿ ಆಧ್ಯಾತ್ಮ ರಾಮಾಯಣದಲ್ಲಿ ರಾಮ ಅವತಾರದ ಬಗ್ಗೆ ಈ ತೆರನಾಗಿ ಉಲ್ಲೇಖಿಸಿರುತ್ತಾರೆ -

"ಎವಂ ಸ್ತೂತಸ್ತು ದೆಬೆಶೋ ವಿಷ್ಣುಸ್ತಿದಶಪುಂಗಬಃ ।
ಪೀತಾಮಹ ಪುರೋಗಾಂಸ್ತಾನ್, ಸರವಲೋಕನಮಸ್ಕೃತಃ ॥"
"ಅಬ್ರಚೀತ ತ್ರಿದಶಾನ ಸರ್ವಾನ ಸಮೇತಾನ್ ಧರ್ಮಸಂಹಿತಾನ್ ।
ಸಪುತ್ರಪೌತ್ರಂ ಸಾಮಾತ್ಯಂ ಸಮಂತಿಜ್ಞಾತಿಬಾಂಧವಮ್ ॥
ಹತ್ವಾ ಕುರಂಧರಾಧರ್ಷ ದೆವರ್ಷೀಣಾಂ ಭಯಾಬಹಮ್ ।"
ದಶವರ್ಷ ಶಹಸ್ರಾಣಿ ದಶವರ್ಷ ಶತಾನಿ ಚ ।
ವಸ್ಮ್ಯಮಿ ಮಾನುಷೆ ಲೋಕೆ ಪಾಲಯನ್ ಪೃಥಿವಿಮಿಮಾಮ್ ॥
ರಾವಣೇನ ಹೃತಂ ಸ್ಥಾನಮಸ್ಮಾಕಂ ತೆಜಸಾ ಸಹ,
ತ್ವಯಾದ್‌ಯ ನಿಹತೋ ದುಷ್ಟಃ ಪುನಃ ಪ್ರಾಪ್ತಂ ಪದಂ ಸ್ವಕಮ್ ॥"

ಕವಿ ಜಯದೇವರು ತಮ್ಮ "ಗೀತ ಗೋವಿಂದ"ದಲ್ಲಿ ರಾಮ ಅವತಾರಕ್ಕೆ ಸ್ಥಾನ ಕೊಡುತ್ತಾ ಈ ರೀತಿಯಾಗಿ ವಿವರಿಸಿದ್ದಾರೆ -

"ವಿತರಸಿ ದಿಕ್ಷುರಣೇ ದಿಕ್ಪತಿಕಮನಿಯಮ್
ದಶಮುಖ ಮೌಲೀವಲೀಂ ರಮಣೀಯಮ್ ।
ಕೇಶವ ಧೃತ, ರಘುಪತಿ ರೂಪ,
ಜಯ ಜಗದೀಶ ಹರೇ ॥"

ಅರ್ಥಾತ :

ಮೇಲ್ಕಾಣಿಸಿದ ಶ್ಲೋಕದಲ್ಲಿ ತಿಳಿಸಿರುವ ಪ್ರಕಾರ ಭಗವಾನ ರಾಮ ವಿಷ್ಣುವಿನ ಏಳನೇ ಅವತಾರರಾಗಿರುತ್ತಾರೆ । ಈ ಅವತಾರದಲ್ಲಿ ಭಗವಾನ ರಾಮನಿಗೆ ಧನುಷ್ಯ ಮತ್ತು ಬಾಣದ ಜೊತೆ ತೋಲಿಸಲಾಗಿದೆ । ಅವರು ದಶಾನಂದ ರಾವಣನಿಗೆ ಸಂಹಾರ ಮಾಡಿ ತಮ್ಮ ಪತ್ನಿ ಸೀತಾ ಮಾತಾರನ್ನು ಬಂದನ ಮುಕ್ತ ಮಾಡಿದ್ದರು । ತ್ರೇತಾ ಯುಗದಲ್ಲಿ ಧರ್ಮ ಸಂಸ್ಥಾಪನೆಯ ಕಾರ್ಯದಲ್ಲಿ ಇದು ಒಂದು ಪ್ರಮುಖ ಕಾರ್ಯವಾಗಿತ್ತು.

ಈ ಕಾರ್ಯದಲ್ಲಿ ಅವರಿಗೆ ಸಹಾಯಕರಾಗಿ ಲಕ್ಷ್ಮಣ (ಅವರ ಚಿಕ್ಕ ತಮ್ಮಂದಿಯರಲ್ಲಿ ಒಬ್ಬರಾದಂತಹ) ಮತ್ತು ಹನುಮಾನ (ವಾನರ ದೇವತಾ) ರೂ ಇದ್ದರು । ಈ ಕಥೆಯ ವರ್ಣನೆಯನ್ನು ಮಹಾನ ಮಹಾಕಾವ್ಯ ರಾಮಾಯಣದಲ್ಲಿ ಮಾಡಲಾಗಿದೆ । ಶ್ರೀ ರಾಮರ ಜೀವನ ನೈತಿಕ ಶ್ರೇಷ್ಠತೆ ಮತ್ತು ವಿವಾಹದ (ಮದುವೆ) ಸ್ಥಿರತೆಯ ಒಂದು ದೊಡ್ಡ ಉದಾಹರಣೆಯಾಗಿದೆ । ಅವರು ಜಗತ್ತಿನ ಸರ್ವ ಶ್ರೇಷ್ಠ ರಾಜರಾಗಿದ್ದರು । ಪ್ರಜೆಗಳ ಪಾಲನೆಯಲ್ಲಿ ಅವರಿಗಿಂತ ಶ್ರೇಷ್ಠ ಇನ್ಯಾರೂ ಜಗತ್ತಿನಲ್ಲಿ ಇರಲಾರರು । ಅವರು ಒಬ್ಬ ಅತ್ಯಂತ ಅದ್ಭುತವಾದ ಯೋಧಾ ಮತ್ತು ವೀರರಲಿದ್ದರು । ಅವರ ಹೆಸರಿನಿಂದ ರಾಕ್ಷಸರು, ದುರಾಚ್ಯಾಲಿಗಳು (ದುಷ್ಟರು) ಭಯ ಭೀತರಾಗುತ್ತಿದ್ದರು । ಅವರ ಆದರ್ಶ ನಡತೆಗಳು ಭೂಮಿಯ ಮೇಲೆ ಅವರದೇ ರಾಜ್ಯಕ್ಕೆ ಆದರ್ಶ ರಾಜ್ಯವೆಂದು ಮಾನ್ಯತೆವಿತ್ತು । ಆದರಿಂದ ಇವತ್ತಿನವರೆಗೆ ನಾವು ಆದರ್ಶ ರಾಜ್ಯವೆಂದರೆ ಅದು ರಾಮ ರಾಜ್ಯವೆಂದು ಹೇಳುತ್ತೇವೆ.

8. ಬಲರಾಮ / ಹಲಧರ ಅವತಾರ

ಶ್ರೀಮಧ್ ಭಾಗವತ್ ಮಹಾಪುರಾಣದಲ್ಲಿ ಮಹರ್ಷಿ ವೇದವ್ಯಾಸ ಮಹಾರಾಜರು ಬಲರಾಮ ಅವತಾರದ ಬಗ್ಗೆ ಈ ತೆರನಾಗಿ ವರ್ಣಿಸಿರುತ್ತಾರೆ -

"ಸ ಆಜುಹಾಬ ಯಮುನಾಂ ಜಲಕ್ರೀಡಾರ್ಥಮೀಶ್ವರಃ ।
ನಿಜಂ ಬಾಕ್ಯಮನಾಹತ್ಯ ಮಥ ರತ್ಯಾಪಗಾಂ ಬಲಂ ।
ಅನಾಗತಾಂ ಹಲಾಗ್ರೇಣ ಕುಪಿತೋ ಚಿಚಕರ್ಷ ಹ ॥
ಪಾಪೆ ತ್ವಂ ಮಾಮವಜ್ಞಾಯ ಯನ್ಮಾಯಾಸಿ ಮಯಾಂಧಧಹುತಾ ।
ನೆಷ್ಯೆ ತ್ವಂ ಲಂಗಲಾಗ್ರೇಣ ಶತಧಾ ಕಾಮ ಚಾರಿಣೀಮ್ ॥
ಎವಂ ನಿರ್ಭ್ಸ್ತಿತಾ ಭೀತಾ ಯಮುನಾ ಯದುನಂದನಮ್
ಉವಾಚ ಚಕಿತ ವಾಚಂ ಪತಿತಾ ಪಾದಯೋಽನೃಪ ॥"

ಶ್ರೀಮಧ್ ಭಾಗವತ್ ಪುರಾಣಮ್ /ಸ್ಕಂಧಃ೧೦ /ಉತ್ತರಾರ್ಧಃ/ ಅಧ್ಯಾಯಃ 65

ಕವಿ ಜಯದೇವ ಮಹಾರಾಜರು ತಮ್ಮ "ಗೀತ ಗೋವಿಂದಲ್ಲಿ" ಹಲದರ ಅವತಾರ ಬಗ್ಗೆ ಈ ತೆರನಾಗಿ ವರ್ಣನೆ ಮಾಡಿದ್ದಾರೆ -

"ವಹಸಿ ವಪುಸಿ ವಿಷದೇ ವಸನಾಂ ಜಲಧಾಬಂ।
ಹಲಹತಿ ಭೀತಿ ಮೀಲಿತ ಯಮುನಾಭಮ್
ಕೇಶವ ಧೃತ ಹಲಧರ ರೂಪ
ಜಯ ಜಗದೀಶ ಹರೇ"

ಅರ್ಥಾತ :

ಮೇಲ್ಕಾಣಿಸಿದ ಶ್ಲೋಕದನ್ವಯ ದ್ವಾಪರ ಯುಗದಲ್ಲಿ ಪ್ರಭು ಬಲರಾಮರು ತಮ್ಮ ಗೋಪಿ ಗೋಪಾಲರ ಜೊತೆ ಯಮುನೆಯ ತಟದಲ್ಲಿ ಲೀಲಾದಲ್ಲಿದ್ದರು ಮತ್ತು ಆಗ ಅವರೆಲ್ಲರೂ ಯಮುನಾ ನದಿಯಲ್ಲಿ ಸ್ನಾನ ಮಾಡಲು ಹೋಗಿದ್ದರು. ಆಗ ಯಮುನಾ ನದಿಯು ತನ್ನ ಅಹಂಕಾರದಿಂದ ಅವಲಿಗೆ ಸ್ನಾನ ಮಾಡಲು ಬಿಡಲಿಲ್ಲ । ಆ ಸಮಯದಲ್ಲಿ ಪ್ರಭು ಬಲರಾಮರು ತಮ್ಮ ಸಾಮರ್ಥ್ಯದಿಂದ ಮಣ್ಣನ್ನು ಶೀಳಿ ಯಮುನಾ ನದಿಯ ದಿಕ್ಕನ್ನು ಬದಲಿಸಿದರು. ಮತ್ತು ಅದರ ಅಹಂಕಾರವನ್ನು ನಾಶ ಮಾಡಿದರು ।

9. ಬುದ್ಧ ಅವತಾರ

ಶ್ರೀಮಧ್ ಭಾಗವತ್ ಮಹಾಪುರಾಣದಲ್ಲಿ ಮಹರ್ಷಿ ವೇದವ್ಯಾಸ ಮಹಾರಾಜರು ಬುದ್ಧ ಅವತಾರದ ಬಗ್ಗೆ ಈ ರೀತಿಯಾಗಿ ತಿಳಿಸಿದ್ದಾರೆ -

"ತತಃ ಕಲೈ ಸಂಪ್ರಖುತ್ತೆ ಸಮ್ಮೋಹಾಯ ಸುರದ್ವಿಷಾಮ್ ।
ಬುದ್ಧಧೋ ನಾಮ್ಞಜನಸುತಃ ಕಿಂಕಟೇಷು ಭವಿಷ್ಯತಿ ॥"
- ಭಾಗವತ ಸ್ಕಂದ 1 / ಅಧ್ಯಾಯ 6 / ಶ್ಲೋಕ 19-29
ಮುಂದೆ ಕವಿ ಜಯದೇವ ಮಹಾರಾಜರು ತಮ್ಮ ಗ್ರಂಥ "ಗೀತ ಗೋವಿಂದದಲ್ಲಿ"
ಬುದ್ಧ ಅವತಾರದ ಬಗ್ಗೆ ಈ ರೀತಿಯಾಗಿ ಬರೆದಿರುತ್ತಾರೆ -
"ನಿಂದಸಿ ಯಜ್ಞ ವಿಧೇರಹ ಶ್ರುತಿ ಜ್ಞಾತಮ್
ಸದಯಹೃದಯ ದರ್ಶಿತ ಪಶುಘಾತಮ್।
ಕೇಶವ ದೃತ, ಬುದ್ಧ ಶರೀರ,
ಜಯ ಜಗದೀಶ ಹರೇ ॥"

ಅರ್ಥಾತ :

ಈ ಶ್ಲೋಕದಲ್ಲಿ ಭಗವಾನ ಬುದ್ಧರ ಬಗ್ಗೆ ಈ ತೆರನಾಗಿ ತಿಳಿಸಲಾಗಿದೆ ಅವರು ಭಗವಾನ ವಿಷ್ಣುವಿನ 9ನೇ ಅವತಾರವಿರುತ್ತಾರೆ । ಕಲಿಯುಗದಲ್ಲಿ ದೇವರ ಬಗ್ಗೆ ತಿರಸ್ಕೃತವಿರುವವರನ್ನು ಮೋಡಿ (ಮೋಹಿತಗೊಳಿಸಿ) ಮಾಡುವ ಉದ್ದೇಶದಿಂದ ಒಡಿಸ್ನಾದ ಕಿಂಕಟ ನಗರದಲ್ಲಿ ಅಜನರೆಂಬುವವರ ಪುತ್ರನ ರೂಪದಲ್ಲಿ ಅವರು ಜನ್ಮ ತಾಳಿದ್ದರು। (ಯಾವ ಅವಶ್ಯಕವಾದ ಪ್ರಮಾಣವಿಲ್ಲದೆಯೇ ನೇಪಾಳದಲ್ಲಿ ಜನ್ಮ ತೆಗೆದುಕೊಂಡಿದ್ದರು ಎಂದು ಹೇಳಲಾಗುತ್ತದೆ) ಆಧುನಿಕ ಮಾನ್ಯತೆಯ ಅನುಸಾರವಾಗಿ ಗೌತಮ ಬುದ್ಧರೇ ಬುದ್ಧ ಅವತಾರವಿರುತ್ತಾರೆ । ಕಲಿಯುಗದ ಅಂತ್ಯದ ಕೆಲವು ವರ್ಷದ ಮೊದಲು ಅವರು ಅವತಾರ ತೆಗೆದುಕೊಂಡು ಯಜ್ಞದಲ್ಲಿ ಪಶುಗಳ ಬಲಿಕೊಡುವ ಪ್ರಥಾವನ್ನು ತೆಗೆದುಹಾಕಿ ಧರ್ಮ ಸಂಸ್ಥಾಪನ ಕಾರ್ಯ ಮಾಡಿದ್ದರು.

10. ಕಲ್ಕಿ ಅವತಾರ

ಶ್ರೀಮಧ್ ಭಾಗವತ್ ಮಹಾಪುರಾಣದಲ್ಲಿ ವೇದವ್ಯಾಸ ಮಹಾರಾಜರು ಕಲ್ಕಿ ಅವತಾರದ ಬಗ್ಗೆ ಈ ರೀತಿಯಾಗಿ ಬರೆದಿರುತ್ತಾರೆ -

"ಅಥಸ್ಯೆ ಯುಗಸಂಧ್ಯಾಯಾಮ್ ದಷ್ಯುಪ್ರಾಯೇಷು ರಾಜಸು,"

ಜನಿತಾ ವಿಷ್ಣುಯಶಸಾ ನಾನ್ಮ ಕಲ್ಕೀರ್ಜಗತ್ಪತಿಃ ॥"

ಬಾದೈರ್ವೀ ಮೋಹಯತಿ ಯಜ್ಞಕೃತೋಂದ್ರದಹ್ಾನ,

ಶುದ್ರಾನ ಕಲೌ ಕ್ಷೀತಿಭುಜೋ ನೃಹನಿಶ್ಯದಂತೋ ॥"

ಶ್ರೀಮಧ್ ಭಾಗವತ್ - ಪ್ರಥಮ ಸ್ಕಂದಃ ತೃತೀಯ / ಅಧ್ಯಾಯ ಶ್ಲೋಕ - 25

ಕವಿ ಜಯದೇವ ಮಹಾರಾಜರು ತಮ್ಮ ಗ್ರಂಥ

"ಗೀತ ಗೋವಿಂದದಲ್ಲಿ" ಕಲ್ಕಿ ಅವತಾರದ ಬಗ್ಗೆ

ಈ ರೀತಿಯಾಗಿ ವಿವರಿಸಿದ್ದಾರೆ -

"ಮ್ಲೇಚ್ಛನಿವಹ ನಿಧನೆ ಕಲಯಸಿ ಕರವಾಲಮ್,

ಧೂಮಕೇತು ಮೈವ ಕಿಮ್ ಅಪಿ ಕರಾಲಮ್ ।

ಕೇಶವ ಧೃತ, ಕಲ್ಕಿ ಶರೀರ

ಜಯ ಜಗದೀಶ ಹರೇ॥"

ಅರ್ಥಾತ :

ಭಗವಾನ ವಿಷ್ಣುವಿನಿಂದ ಧಾರಣೆ ಮಾಡಿರುವಂತಹ ಸಂಪೂರ್ಣ ದಶಾವತರದಲ್ಲಿ ಇರುವಂತೆ ಕೇವಲ ಈ ಕಲ್ಕಿ ಅವತಾರವೇ ಉಳಿದಿರುತ್ತದೆ । ಈ ಕಲಿಯುಗದಲ್ಲಿ ಭಗವಾನ ಕಲ್ಕಿ ಧೂಮಕೇತುವಿನ ಸಮಾನ ಭಯಂಕರ (ಉಗ್ರರೂಪ) ಧಾರಣೆ ಮಾಡುವರು.

ಕೈಯಲ್ಲೊಂದು ದೊಡ್ಡ ಖಡ್ಗವನ್ನು ಧಾರಣೆ ಮಾಡಿಕೊಂಡು ಕುದುರೆಯ ಮೇಲೆ ಸವಾರರಾಗಿ ದುಷ್ಟರನ್ನು, ಪಾಪಿಗಳನ್ನು ಅತ್ಯಾಚಾರಿಗಳನ್ನು, ದುರಾಚ್ಯಾರಿಗಳನ್ನು, ಮ್ಲೇಚಭಕ್ಷಣಿ ಮಾಡುವವವರನ್ನು (ಕ್ರೂರ) ವಿನಾಶ ಮಾಡುವರು ಮತ್ತು ಪೃಥ್ವಿಯ ಮೇಲೆ ಸತ್ಯ ಯುಗಕೋಸ್ಕರ ಧರ್ಮ ಸಂಸ್ಥಾಪನೆ ಮಾಡುವರು ।

ಮುಖ್ಯವಾಗಿ ಮೇಲೆ ಕಾಣಿಸಿದ ದಶಾವತಾರದ ವರ್ಣನೆಯನ್ನು ಎಲ್ಲ ಕಡೆಗಳಲ್ಲಿಯೂ ಮಾಡಲಾಗಿದೆ. ಇದನ್ನು ಪಠಣ ಮಾಡುವದರಿಂದ ಏನು ಪ್ರಯೋಜನವಾಗುತ್ತದೆಯೋ ಅದರ ಬಗ್ಗೆ ಶ್ರೀಮಧ್ ಭಾಗವತ್‌ದಲ್ಲಿ ವರ್ಣೀಸಲಾಗಿದೆ.

"ಶೃಣ್ವತಾಂ ಸ್ವಕಥಾಂ ಕೃಷ್ಣ ಪೂರ್ಣ ಶ್ರವಣಕೀರ್ಥನಃ।
ಹೃದ್ಧೆಯಂತಸ್ಥೋ ಹ್ಯಭಪ್ರಾಣಿ ಸುದುತಸತಾಮ್। "
ಇನ್ಮ ಗೃಹ್ಯ ಭಾಗರೋ ಎ ಎತತ್ ಪ್ರಯತೋ ನರಃ ।
ಸಾಯಂ ಪ್ರಾತಃಗೃಣನ ಭಕ್ತ್ಯಾ ದುಃಖ ಗ್ರಾಮದ್ ಬಿಮುಖತೆ॥"
- ಶ್ರೀಮಧ್ ಭಾಗವತ್ ಪ್ರಥಮ ಸ್ಕಂದ/ದ್ವಿತಿಯ್ಯೋಏಧ್ಯಾಯಃ / ಶ್ಲೋಕ-17

ದಶಾವತಾರವನ್ನು ಓದುವದರಿಂದ ಮತ್ತು ಕೇಳುವದರಿಂದ ಏನು ಲಾಭವಾಗುತ್ತದೆ ಇದರ ಬಗ್ಗೆ ಶ್ರೀ ಜಯದೇವರು ಕೂಡಾ ಈ ಪ್ರಕಾರವಾಗಿ ವರ್ಣೀಸಿರುತ್ತಾರೆ -

"ಶ್ರೀ ಜಯದೇವ, ಕವೆರ ಇದಮ್ ಉದಿತ್ತಮ್ ಉದಾರಮ್।
ಶೃಣ ಸುಖಃ - ದಮ ಶುಭಃ ದಮ-ಭವ ಸಾರಮ್॥
ಕೇಶವ ಧೃತ-ದಶವಿದ ರೂಪ ಜಯ ಜಗದೀಶ ಹರೇ॥ "

ಅರ್ಥಾತ :

ಭಗವಾನ ವಿಷ್ಣುವಿನ ದಶಾವತಾರ ಸ್ತ್ರೋತ್ರದ ಪಠಣ ಮಾಡುವದರಿಂದ ಶುಭ ಮತ್ತು ಸುಖದಾಯಕವಾಗುತ್ತದೆ । ಇದನ್ನು ಓದುವದರಿಂದ ಕೇಳುವದರಿಂದ ಪ್ರಭುವಿನ ಕೃಪಾ ಪ್ರಾಪ್ತಿಯಾಗುತ್ತೆ ಮತ್ತು ಭವಸಾಗರದಿಂದ ಉದ್ಧಾರವಾಗುತ್ತೇವೆ । ಶ್ರೀ ಜಯದೇವರ ತಮ್ಮ ಗ್ರಂಥ "ಗೀತ ಗೋವಿಂದ" ದಲ್ಲಿ ಉಲ್ಲೇಖಿಸಿರುವಂತೆ ದಶಾವತಾರ ಸ್ತ್ರೋತ್ರದ ಕೊನೆಯಲ್ಲಿ ಈ ಲೀತಿಯಾಗಿ ವಿವರಿಸಿದ್ದಾರೆ -

"ವೇದಾನುದ್ಧರತೆ ಜಗಂತಿ ವಹ ಘುಗೋಲತೆ ಮುದ್ದಬಿಭ್ರತೆ
ದೈತ್ಯಂ ದಾರಯತೆ ಬಅಿಂ ಥಾಲಯತೆ ಕ್ಷತ್ರಕ್ಷಯಂ ಕುರ್ವಾತೆ ।
ಪೌಲಸ್ತ್ಯಂ ಜಯತೇ ಹಲಂ ಕಲ್ಯತೆ ಕಾರುಣ್ಯಮಾತನ್ವತೆ
ಮ್ಲೇಚ್ಛಾನ್ಮೂರ್ಛ್ಯಯತೆ ದಶಾಕೃತಕೃತೆ ಕೃಷ್ಣಾಯ ತುಭ್ಯಂ ನಮಃ ॥"

ಪ್ರಭು ಶ್ರೀ ಕೃಷ್ಣರು ತಾವು ಮತ್ಸರೂಪವನ್ನು ಧಾರಣೆಯನ್ನು ಮಾಡಿ ಪ್ರಲಯ ಸಮುದ್ರದಲ್ಲಿ ಮುಳುಗಿರುವಂತಹ ವೇದಗಳ ಉದ್ಧಾರ ಮಾಡಿದ್ದರು. ಸಮುದ್ರ ಮಂಥನದ ಸಮಯದಲ್ಲಿ ಮಹಾಕುರ್ಮಾ (ಕಚ್ಛಪ್) ರಾಗಿ ಪೃಥ್ವಿ ಮಂಡಲವನ್ನು ಬೆನ್ನು ಮೇಲೆ ಎತ್ತಿ ಹಿಡಿದು ಮಹಾವರಾಹನ ರೂಪದಲ್ಲಿ ಸಮುದ್ರ ತಳದಲ್ಲಿ ಮುಳಗಿರುವಂತಹ ಪೃಥ್ವಿಯನ್ನು ಉದ್ಧಾರ ಮಾಡಿದ್ದರು । ನರಸಿಂಹ ರೂಪದಲ್ಲಿ ಹಿರಣ್ಯಕಶ್ಯಪ ಇನ್ನೂಳಿದ ಅನೇಕ ದೈತ್ಯರ ಸಂವಾರ ಮಾಡಿದರು । ವಾಮನ ರೂಪದಲ್ಲಿ ರಾಜಾ ಬಲಿಯನ್ನು ದುಷ್ಟ ಮಾರ್ಗದಿಂದ ಸನ್ಮಡತೆಯತ್ತ ತಂದು ಉದ್ಧಾರ ಮಾಡಿದರು. ಪರಶುರಾಮರ ರೂಪದಲ್ಲಿ ಕ್ಷತ್ರಿಯರನ್ನು ಸಂವಾರ ಮಾಡಿದರು. ಶ್ರೀರಾಮ ರೂಪದಲ್ಲಿ ಮಹಾಬಲಿ ರಾವಣನನ್ನು ಸಂವಾರ ಮಾಡಿ ವಿಜಯ ಸಾಧಿಸಿದರು. ಶ್ರೀ ಬಲರಾಮ ರೂಪದಲ್ಲಿ ನೇಗಿಲವನ್ನು ಶಸ್ತ್ರದ ರೂಪದಲ್ಲಿ ಧಾರಣ ಮಾಡಿದರು. ಭಗವಾನ ಬುದ್ಧರ ರೂಪದಲ್ಲಿ ಕರುಣೆಯ ವಿಸ್ತಾರ ಮಾಡಿದ್ದರು. ಹಾಗೇ ಕಲ್ಕಿಯ ರೂಪದಲ್ಲಿ ಮ್ಲೇಥ (ಪ್ರಾಣಿ ಭಕ್ಷ)ರನ್ನು ಪ್ರಜ್ಞಿ ತಪ್ಪಿಸಿ ಸಂವಾರ ಮಾಡುವರು. ಈ ಲೀತಿಯಾಗಿ ದಶಾವತಾರ ರೂಪದಲ್ಲಿ ಪ್ರಕಟರಾದ ಮಹಾಪ್ರಭು ಶ್ರೀ ಕೃಷ್ಣರಿಗೆ ತಮ್ಮ ಶ್ರೀ ಚರಣ ಕಮಲಗಳಲ್ಲಿ ನಾನು ನಮಸ್ಕರಿಸುತ್ತೇನೆ ।

ಭವಿಷ್ಯ ಮಾಲಿಕಾ ಗ್ರಂಥವನ್ನು ರಚಿಸಿದಂತಾ ಮಹಾಪುರುಷ ಅಚ್ಯುತಾನಂದರ ತಮ್ಮ ಗ್ರಂಥ "ಅಷ್ಟಗುಜ್ಜರಿ" ಯಲ್ಲಿ ಈ ಲೀತಿಯಾಗಿ ವರ್ಣಿಸಿದ್ದಾರೆ -

"ಭಾವ ವಿನೋದಿಯಾ ಠಾಕೂರ ಭಕ್ತ ವತ್ಸಲ ಹರೀ,
ಭಕ್ತನ್ಕ ಪಾಯಿ ಕಲೆವರ ದಶ ಮುರತಿ ಧರಿ।"

ಅರ್ಥಾತ :

ಭಗವಾನ ವಿಷ್ಣು ಭಕ್ತವತ್ಸಲನಿರುತ್ತಾನೆ । ಭಾವದ ಭಗವಾನನಿರುತ್ತಾನೆ । ಭಕ್ತ ಜನರ ಭಾವನೆಯನ್ನು ತಿಳಿಯುತ್ತಾನೆ । ಯುಗ ಯುಗದಲ್ಲಿ ಭಕ್ತ ಜನರ ಕಲ್ಯಾಣಕೋಸ್ಕರವೇ ಭಗವಂತನು ಹತ್ತು ಅವತಾರಗಳನ್ನು ಧಾರಣೆ ಮಾಡಿರುತ್ತಾನೆ ।

ಅಧ್ಯಾಯ – 6
ಕಲಿಯುಗದ ಅಂತ್ಯವಾಗುವ ಲಕ್ಷಣಗಳು

ಕಲಿಯುಗ ಅಂತ್ಯವಾಗಿರುತ್ತದೆ ಮತ್ತು ಈ ಸತ್ಯಕ್ಕೆ ಪ್ರಮಾಣ ಮಾಡುವ ಉದ್ದೇಶದಿಂದ ಮಹಾಪುರುಷ ಪಂಚಸಖಾಗಳು ಭವಿಷ್ಯ ಮಾಲಿಕಾ ಗ್ರಂಥಗಳಲ್ಲಿ ಸ್ಪಷ್ಟ ರೂಪದಲ್ಲಿ ಬಹಳಷ್ಟು ಲಕ್ಷಣಗಳನ್ನು ಈ ಕೆಳಗಿನಂತೆ ವರ್ಣಿಸಿದ್ದಾರೆ -

ಕ) ಮಾನವ ನಾಗರೀಕತೆಯಲ್ಲಿ (ಸಂಸ್ಕೃತಿ)ಯಲ್ಲಿ ಮುಂದೆ ಬರುವಂತಹ ಪರಿವರ್ತನೆಗಳು

1) ಮಾನವ ಸಮಾಜದಲ್ಲಿ ಬಹಳಷ್ಟು ಸ್ತ್ರೀಯರು ಮತ್ತು ಪುರುಷರಲ್ಲಿ ಬಂಜೀತನ ದೋಷ ಕಾಣಿಸುತ್ತದೆ. ಆದಕಾರಣ ಸಂತಾನ ಜನ್ಮವಾಗುವದಿಲ್ಲ.

2) ಕೆಲವ್ಪೊಂದು ಸ್ತ್ರೀ ಮತ್ತು ಪುರುಷರಲ್ಲಿ ಲಿಂಗ ಪರಿವರ್ತನೆಯಾಗಬಹುದು ಮತ್ತು ಬಹಳಷ್ಟು ಜನರು ತಮ್ಮ ಲಿಂಗ ಪರಿವರ್ತನೆ ಮಾಡಿಕೊಳ್ಳುವರು.

3) ಕಾಮ, ವಾಸನಾ, ಸ್ವಾರ್ಥ ಮತ್ತು ಧನದ ಆಸೇಗೋಸ್ಕರ ಪುತ್ರ (ಮಗ) ತಮ್ಮ ತಾಯಿ-ತಂದೆಯನ್ನು ಕೊಲೆ (ಹತ್ಯೆ) ಮಾಡುತ್ತಾನೆ.

4) ಸಮಾಜದಲ್ಲಿ ಸಂಯುಕ್ತ (ಅವಿಭಕ್ತ) ಕುಟುಂಬದ ಪರಂಪರೆಯು ಸಮಾಪ್ತವಾಗುತ್ತದೆ. ಕೇವಲ ಅಣ್ಣ ತಮ್ಮಂದಿರಷ್ಟೇ ಬೇರೆ ಬೇರೆ ಮನೆಯಲ್ಲಿ ಇರುವರೋ ಅದೇ ರೀತಿಯಾಗಿ ಪತಿ-ಪತ್ನಿಯೂ ಕೂಡಾ ಬೇರೆ ಬೇರೆ ಮನೆಗಳಲ್ಲಿ ಇರುತ್ತಾರೆ.

5) ವಯಸ್ಕರ (ವೃದ್ಧ) ತಾಯಿ ತಂದೆಗೂ ಕೂಡ ತಮ್ಮ ಪುತ್ರ ಮನೆಯಿಂದ ಹೊರಹಾಕುತ್ತಾನೆ. ಮತ್ತು ವಯಸ್ಕರ ತಾಯಿ-ತಂದೆ ಒಬ್ಬಂಟಿಯಾಗಿ ವೃದ್ಧಾಶ್ರಮದಲ್ಲಿ ಜೀವನ ಕಳೆಯುವರು.

6) ಮನುಷ್ಯನು ಪ್ರತಿಯೊಂದು ಸಮಯದಲ್ಲಿ ಸಣ್ಣ ಪುಟ್ಟ ವ್ಯಾಧಿಯಿಂದ ಪೀಡಿತನಾಗಿ ಕೇವಲ ಔಷಧದ ಮೇಲೆ ಅವಲಂಭಿತರಾಗಿ ಜೀವನ ನಡೆಸುವರು.

7) ಸಮಾಜದಲ್ಲಿ ಮಾಂಸಹಾರ, ಮದ್ಯವ್ಯಸನಿ, ತಂಬಾಕು ಸೇವನೆ ಮಾಡುವವರು ಮತ್ತು ನಶೇ ಮಾಡುವವರ ಸಂಖ್ಯೆಯು ಬಹಳಷ್ಟು ಹೆಚ್ಚಾಗುವುದು.

8) ಸಂಸಾರದಲ್ಲಿ ಗರ್ಭಪಾತ ಮತ್ತು ಭ್ರೂಣ ಹತ್ಯೆಯಂತಹ ಪಾಪವು ಬಹಳಷ್ಟು ಹೆಚ್ಚಾಗುವುದು.

9) ಸಂಸಾರದಲ್ಲಿ ಎರಡನೇಯ ಪತ್ನಿಯರ ಸಂಖ್ಯೆ ಬಹಳಷ್ಟು ಹೆಚ್ಚಾಗುವುದು.

10) ಪತಿ-ಪತ್ನಿಯರ ಮಧ್ಯದಲ್ಲಿ ಪಾವಿತ್ರತೆ ಇರುವದಿಲ್ಲ.

11) ಮಾನವ ಸಮಾಜ ದೇವಾನು ದೇವತೆಗಳ ಪೂಜೆ ಪುನಸ್ಕಾರಗಳನ್ನು ಮಾಡಲಾರನು.

12) ಮಗನು ತಮ್ಮ ಸ್ವರ್ಗಸ್ತರಾದ ತಾಯಿ-ತಂದೆಯರ ಪಿಂಡದಾನವನ್ನು ಮಾಡಲಾರನು.

13) ತಾಯಿ-ತಂದೆಯ ಅಂತಿಮ ಕ್ರೀಯೆಯಲ್ಲಿ ಪುತ್ರ ಸಹಯೋಗ ಮಾಡಲಾರರು.

14) ವಿಧವಾ ಮಹಿಳೆಯರು ಅಂತೆಮ ಸಂಸ್ಕಾರ ಮಾಡುವರು ಮತ್ತು ಪಿಂಡದಾನ ಮಾಡುವರು.

15) ಪುರುಷ ಮತ್ತು ಪುರುಷರ ಮಧ್ಯದಲ್ಲಿ ವಿವಾಹವಾಗುವುದು.

16) ಸ್ತ್ರೀ ಮತ್ತು ಸ್ತ್ರೀಯರ ಮಧ್ಯದಲ್ಲಿ ವಿವಾಹವಾಗುವುದು.

17) ಅಣ್ಣ-ತಂಗಿಯರ ಮಧ್ಯದಲ್ಲಿ ವಿವಾಹವಾಗುವುದು.

18) ತಂದೆ ತನ್ನ ಮಗಳ ಜೊತೆ ಅಶ್ಲೀಲ ಸಂಬಂಧಗಳನ್ನು ಇಡುವನು.

19) ಪುರುಷರು ಅಸಭ್ಯ ವಸ್ತ್ರ ಧಾರಣೆ ಮಾಡುವರು. ಮತ್ತು ಮಹಿಳೆಯರು ಬಹಳಷ್ಟು ಅಶ್ಲೀಲ ಮತ್ತು ಅಸಭ್ಯ ವಸ್ತ್ರ ಧರಿಸುವರು.

20) ಪುರುಷ ಜನರು ಕೂಡಾ ಗರ್ಭಧಾರಣೆ (ಹೆರಿಗೆ) ಮಾಡುವರು.

21) ಪುರುಷ ಜನರು ತಲೆಯ ಮೇಲಿನ ಕೂದಲನ್ನು (ಕೇಶ) ಇಟ್ಟು ಉಳಿದ ಕಿವಿಯ ಮೇಲಿನ ಭಾಗದ ಕೂದಲನ್ನು ಕತ್ತರಿಸಿ ಹಾಕುವರು.

22) ಅತ್ತೆ ಮತ್ತು ಅಳಿಯನ ಮಧ್ಯದಲ್ಲಿ ಮದುವೆಯಾಗುವುದು.

23) ಚಿಕ್ಕಮ್ಮ ಮತ್ತು ಅಣ್ಣನ ಮಗನ ಜೊತೆ ಮದುವೆಯಾಗುವುದು.

24) ಅತ್ತೆ ಮತ್ತು ಅಳಿಯನ ಮಧ್ಯದಲ್ಲಿ ಪ್ರೇಮ ಉಂಟಾಗುವುದು.

25) ಮಾವ ತಮ್ಮ ತಂಗಿ ಅಥವಾ ಅಕ್ಕನ ಮಗಳ ಜೊತೆ ಮನೆ ಮಾಡುವನು.

26) ಎಲ್ಲ ಜನರು ಪಾಶ್ಚೀಮಾತ್ಯ (ವೆಸ್ಟರ್ನ) ಸಭ್ಯತೆಯನ್ನು ಸ್ವೀಕರಿಸುವರು. ಮತ್ತು ಅದೆ ರೀತಿಯಲ್ಲಿ ವೇಶಭೂಷಣ (ವಸ್ತ್ರಗಳನ್ನು) ಧಾರಣೆ ಮಾಡುವರು.

27) ವಿವಾಹಿತ ಮಹಿಳೆಯರು ತಮ್ಮ ಹಣೆಯ ಮೇಲೆ ಕುಂಕುಮ (ಸಿಂಧೂರ) ಮತ್ತು ಕೈಯಲ್ಲಿ ಬಳೆಗಳನ್ನು ತೊಡಲಾರರು.

28) ಕಲಿಯುಗದಲ್ಲಿ ಯಾವುದೇ ಮನುಷ್ಯರು ನೂರು ಪ್ರತಿಶತ್ ಆಯುಷ್ಯದ ಭೋಗವನ್ನು ಯಾರು ಅನುಭವಿಸಲಾರರು.

29) ಗೀತಾ ಭಾಗವತ್ ಶಾಸ್ತ್ರ ಮತ್ತು ಪುರಾಣಗಳನ್ನು ಬಿಟ್ಟು ಮಾನವ ಸಮಾಜ ಕಾಮಶಾಸ್ತ್ರದ ಅಧ್ಯಯನ ಮಾಡುವರು.

30) ಜನರು ಮಾತಾ ತುಳಸಿಯ ಪೂಜೆಯನ್ನು ಮಾಡಲಾರರು.

31) ಜನರು ಗ್ರಾಮದೇವಿ/ಕುಲದೇವಿಯ ಪೂಜೆ ಮಾಡುವದನ್ನು ನಿಲ್ಲಿಸಿ ಬಿಡುವರು.

32) ಸಮಾಜದಲ್ಲಿ ಸುಳ್ಳು ಹೇಳುವವರ ಸಂಖ್ಯೆ ಬಹಳಷ್ಟು ಹೆಚ್ಚಾಗುವುದು.

33) ಪಾಪಿ, ಬ್ರಷ್ಟಾಚಾರಿ ಮತ್ತು ಅಜ್ಞಾನಿ ಜನರಿಗೆ ಸಮಾಜದಲ್ಲಿ ದೊಡ್ಡ ಸನ್ಮಾನ ಸಿಗುವುದು.

34) ವಿವಾಹಗಳಲ್ಲಿ ಯಾವುದೇ ಮೇಲು-ಕೀಳು ಜಾತಿ, ಜಾತಿಅಲ್ಲದವರು ಧರ್ಮ ಮತ್ತು ವರ್ಣ ಇರಲಾರದು.

35) ಕಡಿಮೆ ವಯಸ್ಸಿನ ಪುರುಷ ಹೆಚ್ಚು ವಯಸ್ಸಿನ ಸ್ತ್ರೀಯ ಜೊತೆ ವಿವಾಹವಾಗುವನು.

36) ಜ್ಞಾನಿ ಸಜ್ಜನರು ಗಾಯತ್ರಿ ಮಂತ್ರವನ್ನು ಬಿಟ್ಟು ಜಾದುಟೋನಾ (ಮಾಟ, ಮಂತ್ರ) ಇತ್ಯಾದಿ ವಿದ್ಯೆಗಳ ಅಭ್ಯಾಸ ಮಾಡುವರು.

37) ರಕ್ಷಣೆ ಮಾಡುವವರೆ ಭಕ್ಷಕರಾಗುವರು.

38) ಸಂಸಾರದಲ್ಲಿ ವೇದದ ಮಾರ್ಗವೂ ಹೆಸರಿಲ್ಲದಂತೆ (ವಿಲೂಪ) ವಾಗುವದು.

39) ಸ್ತ್ರೀಯು ತಮ್ಮ ಕೂದಲನ್ನು ಬಿಚ್ಚಿ ತಿರಗಾಡುವರು. ಯುವ ನಾರಿಯರು ಬೆತ್ತಲೆಯಾಗಿ ಮತ್ತು ಅಂಗ ಪ್ರದರ್ಶನ ಮಾಡುವದನ್ನು ಇಷ್ಟ ಪಡುವರು.

40) ನಾರಿಯು ತಮ್ಮ ಶರೀರ ಮಾರಾಟ ಮಾಡಿ ಹೊಟ್ಟೆ ತುಂಬಿಸಿಕೊಳ್ಳುವರು.

41) ಕಲಿಯುಗದ ಅಂತ್ಯ ಸಮಯದಲ್ಲಿ ರಾಜರು ಶಾಸನ (ರಾಜ್ಯ ಕಾರುಬಾರು) ಮಾಡಲಾರರು.

42) ಮನುಷ್ಯರು ಏಕಾದಶಿ ವ್ರತ ಮಾಡುವರು ಆದರೇ ಮಾಂಸಾಹಾರ ಭೋಜನ ಮಾಡುವರು.

43) ಕೆಲವು ಜನರು ಪವಿತ್ರವಾದ ಜಗನ್ನಾಥರ ಪ್ರಸಾದದ ಜೊತೆ ಮದ್ಯ ಮತ್ತು

ಮಾಂಸವನ್ನು ಸೇವಿಸುವರು.

44) ಸಮಯವಲ್ಲದ ಸಮಯದಲ್ಲಿ ಜನರು ಊಟ, ವಿಹಾರ ಮತ್ತು ನಿದ್ರೆಯನ್ನು ಮಾಡುವರು.

45) ಸಮಯವಲ್ಲದ ಸಮಯದಲ್ಲಿ ಮನುಷ್ಯರು ರತಿಕ್ರೀಡಾ ಮಾಡುವದರಿಂದ ಉದರದಲ್ಲಿಯೇ ಸಂತಾನದ ಮೃತ್ಯುವಾಗುವುದು.

46) ಗುಪ್ತವಾಗಿ ಕುಮಾರ-ಕುಮಾರಿಯರು ಗರ್ಭನಷ್ಟ ಮಾಡಿಸಿಕೊಳ್ಳುವರು

47) ಪುರುಷರು ಅನ್ಯ ಸ್ತ್ರೀಯರ ಅಪಹರಣ ಮಾಡುವರು ಅವರ ಹೊತೆ ಅನ್ಯಾಯ ಮಾಡುವರು.

48) ಸಂಸಾರದ ಎಲ್ಲ ಪರಿವಾರಗಳಲ್ಲಿ ಅಶಾಂತಿಯ ವಾತಾವರಣ ಕಂಡು ಬರುವದು.

ಐ) ಪ್ರಕೃತಿ ಮತ್ತು ಪಂಚಭೂತಗಳಲ್ಲಿ ಬರುವಂತಹ ಪರಿವರ್ತನೆಗಳು :

1) ಮದ್ಯರಾತ್ರಿಯಲ್ಲಿ ಕೋಗಿಲೆಯು ಕೂಗುವದು.

2) ಸಮಯವಲ್ಲದ ಸಮಯದಲ್ಲಿ ಮಾವಿನ ಗೀಡಗಳಲ್ಲಿ ಹೂಗಳು ಬಿಗರುವವು.

3) ಸಮಯವಲ್ಲದ ಸಮಯದಲ್ಲಿ ಬೇವಿನ ಗೀಡಗಳಲ್ಲಿ ಹೂ ಮತ್ತು ಕಾಯಿಗಳು ಬಿಡುವವು.

4) ಬೇರೆ ಬೇರೆ ಗೀಡಗಳಲ್ಲಿ ವಿರುದ್ಧವಾಗಿ ಹಣ್ಣು ಮತ್ತು ಹೂಗಳು ಕಾಣಲು ಸಿಗುವವು.

5) ಬಿದರಿನ ಗೀಡಗಳಲ್ಲಿ ಧಾನ್ಯ ಬೆಳೆಯುವದು.

6) ಭೂಮಿಯಲ್ಲಿ ಬೆಳೆಗಳಿಗೆ ಕೀಟಗಳು ಹತ್ತುವವು.

7) ಅಲ್ಲಲ್ಲಿ ಕೀಟಗಳು ಭೂಮಿಯಲ್ಲಿ ಹೆಚ್ಚು ಮತ್ತು ಕಡಿಮೆಯಾಗುವದರಿಂದ ಧಾನ್ಯವು ಕಡಿಮೆ ಬೆಳೆಯುವುದು.

8) ಅನೇಕ ಸ್ಥಳಗಳಲ್ಲಿ ಬರಗಾಲ ಇರುವುದು.

9) ಸಿಡಿಲಿನಿಂದ ಬಹಳಷ್ಟು ಮನುಷ್ಯರು ಮತ್ತು ಪ್ರಾಣಿ, ಪಕ್ಷಿ, ಜೀವ, ಜಂತುಗಳು ಅಸು ನೀಗುವವು.

10) ಗೋ ಮಾತೆಯೂ ಬರದಿಂದ ಅಸು ನೀಗುವವು.

11) ಮನುಷ್ಯ ಮತ್ತು ಜೀವ ಜಂತುಗಳಿಗೆ ಗುರುತಿಸಲಾಗದಂತಹ ರೋಗಗಳು ಹರಡುವವು

12) ಪೃಥ್ವಿಯಲ್ಲಿ 64 ಪ್ರಕಾರದ ರೋಗಗಳು ಹರಡುವದು

13) ಋತುಗಳ ಸಮಯವಿಲ್ಲದೆಯೇ ಪರಿವರ್ತನೆ ಆಗುವದು ಮತ್ತು ಕೇವಲ 13 ದಿನಗಳಲ್ಲೆ 6 ಋತುಗಳ ಭೋಗವಾಗುವದು.

14) ನದಿಗಳಲ್ಲಿ ಅಕಾಲಿಕ ಮಹಾಪೂರ ಬರುವದು.

15) ಸೂರ್ಯನ ಕಿರಣಗಳು ಹತ್ತು ಪಟ್ಟು ಹೆಚ್ಚಿಗೆ ಪ್ರಕಾಶಮಾನವಾಗುವವು.

16) ಸಮಯವಲ್ಲದ ಸಮಯದಲ್ಲಿಯೂ (ಅರ್ಥಾತ ಹಗಲಿನಲ್ಲಿಯೂ) ಮಂಜು ಪ್ರತಿಬಿಂಬಿಸುವದು.

17) ಮೇಲಿಂದ ಮೇಲೆ ಚಂಡಮಾರುತ ಬರುವವು ಮತ್ತು ಚಂಡಮಾರುತದ ಶಕ್ತಿಯಿಂದ ಸಮುದ್ರವು ದಡ ಉಲ್ಲಂಘನೆ ಮಾಡುವದು.

18) ಮರ ಭೂಮಿಯಲ್ಲಿ ಮಹಾಪೂರ ಬರುವದು.

19) ರಭಸವಾದ ಮಳೆಯಿಂದ ಪರ್ವತ್ರದ ತುದಿಯಲ್ಲಿಯೂ ಕೂಡಾ ಮಹಾಪೂರ ಬರುವದು ಮತ್ತು ಇದರಿಂದ ಮನುಷ್ಯ ಪ್ರಾಣಿ, ಕೀಟಗಳು ಪ್ರಾಣ ಕಳೆದುಕೊಳ್ಳುವವು.

20) ನೀರಿನಲ್ಲಿ ಜೀವಿಸುವ ಮತ್ತು ಸಮುದ್ರದ ಪ್ರಾಣಿಗಳು, ಕೀಟಗಳು ಬಹಳಷ್ಟು ಜೀವ ಕಳೆದುಕೊಳ್ಳುವವು.

21) ಅಸಂಖ್ಯಾತ ಕಾಡು ಪ್ರಾಣಿಗಳು ಪಟ್ಟಣಗಳಲ್ಲಿ ಬಂದು ಮನುಷ್ಯರಿಗೆ ತೊಂದರೆ ಕೊಡುವವು.

22) ಸೂರ್ಯನ ಉಷ್ಣತೆಯಿಂದ ಉತ್ತರ ಮತ್ತು ದಕ್ಷಿಣ ಧ್ರುವಗಳ ಹಿಮ ಕರಗಿ ಹೋಗುವುದು.

23) ದೊಡ್ಡ ದೊಡ್ಡ ಅರಣ್ಯಗಳಲ್ಲಿ ಹತ್ತಿದ ಬೆಂಕಿಯಿಂದ ಸಾಕಷ್ಟು ಕಾಡು ಪ್ರಾಣಿಗಳು ಮರಣ ಹೊಂದುವವು.

24) ಭೂಮಿಯ ಮೂಲೆ ಮೂಲೆಗಳಲ್ಲಿ ಪ್ರತಿ ತಿಂಗಳು, ಪ್ರತಿದಿನ ಭೂಕಂಪನ ಕಂಡು ಬರುವದು.

25) ಹಗಲಿನಲ್ಲಿ ನಕ್ಷತ್ರಗಳು ಕಂಡು ಬರುವವು.

26) ಹುಂಜಿನ ಮುಕುಟವು ಕೆಂಪು ಬಣ್ಣದಿಂದ ಬಿಳಿ ಬಣ್ಣಕ್ಕೆ ಪರಿವರ್ತನೆಗೊಳ್ಳುವುದು.

27) ವೈಶಾಖ ತಿಂಗಳುಗಳಲ್ಲಿಯೂ ಕಮಲ ಅರಳುವುದು.

28) ನಾಲ್ಕು ದಿಕ್ಕುಗಳಲ್ಲಿ ಹೊಗೆ (ಧೂಮ್ರ ವರ್ಣ)ಯಂತೆ ಕಾಣಿಸುವುದು.

29) ಪೃಥ್ವಿಯ ಸಮವಾದ ಸ್ಥಳ ಮತ್ತು ಗುಡ್ಡಗಾಡು ಪ್ರದೇಶದಲ್ಲಿ ಮೋಡವಡೆದು ಮಳೆಯಾಗುವುದು.

30) ಪ್ರತಿ ತಿಂಗಳು ಪೃಥ್ವಿಯ ಯಾವುದಾದರೊಂದು ಸ್ಥಳದಲ್ಲಿ ಗಾಳಿ, ಬಿರುಗಾಳಿ, ಚಂಡಮಾರುತ ಇತ್ಯಾದಿಗಳು ಕಾಣಿಸಿಗುವವು.

31) ಪೃಥ್ವಿಯಲ್ಲಿ ಬಹಳಷ್ಟು ಹೊಸ ಮತ್ತು ಸೂಪ್ತ ಜ್ವಾಲಾಮುಖಿಗಳು ಪ್ರಜ್ವಲಗೊಳ್ಳುವವು.

ಗ) ಗ್ರಹ ಮತ್ತು ನಕ್ಷತ್ರಗಳ ಮೇಲೆ ಬರುವಂತಹ ಪರಿವರ್ತನೆಗಳು :

1) ಚಂದ್ರನ ಕಿರಣಗಳು ಮಂದವಾಗಿ ಕಾಣಿಸುವವು.

2) ಸೂರ್ಯನ ಕಿರಣಗಳು ಬಹಳಷ್ಟು ಪ್ರಖರವಾಗಿ ಕಂಡು ಬರುವವು.

3) ಮೇಲಿಂದ ಮೇಲೆ ಪಕ್ಷಗಳಲ್ಲಿ ಪರಿವರ್ತನೆಯಾಗಿ 13 ದಿನದ ಪಕ್ಷ ಪ್ರಕಾಶವಾಗುವದು.

4) ಮೇಲಿಂದ ಮೇಲೆ ಆಕಾಶದಿಂದ ಉಲ್ಕಾ ಪಿಂಡಗಳು ಬೀಳುವವು.

5) ಸಾಕಷ್ಟು ಬಾರಿ ಒಂದೇ ದಿನದಲ್ಲಿ ಅಮವಾಸ್ಯೆ ಮತ್ತು ಸಂಕ್ರಾಂತಿ ಸಂಭವಿಸುವದು.

6) ಸಾಕಷ್ಟು ಬಾರಿ ಒಂದೇ ದಿನದಲ್ಲಿ ಹುಣ್ಣಿಮೆ ಮತ್ತು ಸಂಕ್ರಾಂತಿ ಸಂಭವಿಸುವದು.

7) ಒಂದೇ ಪಕ್ಷಾಂತರದಲ್ಲಿ ಅಮವಾಸ್ಯೆಯಂದು ಸೂರ್ಯ ಗ್ರಹಣ ಮತ್ತು ಹುಣ್ಣಿಮೆಯಂದು ಚಂದ್ರಗ್ರಹಣ ಕಾಣಿಸುವದು.

8) ಸಮಯವಲ್ಲದ ಸಮಯದಲ್ಲಿ ಸೂರ್ಯ ಮತ್ತು ಚಂದ್ರರ ನಾಲ್ಕು ಕಡೆಗಳಲ್ಲಿ ಪ್ರಭಾವಳಿ ಕಂಡು ಬರುವದು.

9) ಮೇಲಿಂದ ಮೇಲೆ ಗ್ರಹ ಮತ್ತು ನಕ್ಷತ್ರಗಳಲ್ಲಿ ಅಸ್ವಾಭಾವಿಕ (ನೈಸರ್ಗಿಕ ನಿಯಮದ ವಿರುದ್ಧ) ಬದಲಾವಣೆ ಕಂಡು ಬರುವದು.

10) ಸೂರ್ಯನ ಕಿರಣಗಳು 10 ಪಟ್ಟು ಹೆಚ್ಚಿನ ಪ್ರಕಾಶಮಾನವಾಗುವದು.

11) ಗ್ರಹಗಳ ಚಲನವಲನಗಳ ಗತಿಯಲ್ಲಿ ಮೇಲಿಂದ ಮೇಲೆ ಬದಲಾವಣೆ ಕಾಣಿಸಿಕೊಳ್ಳುವುದು.

12) ಗ್ರಹ ಮತ್ತು ನಕ್ಷತ್ರದ ಸ್ಥಿತಿಯು ಅನುಗುಣವಾಗಿ ಇರುವದಿಲ್ಲ.

13) ಏಳು ದಿವಸ ಮತ್ತು ಏಳು ರಾತ್ರಿ ಸೂರ್ಯ ಮತ್ತು ಚಂದ್ರರು ಉದಯವಾಗಲಾರರು. ಮತ್ತು ಕತ್ತಲೆ ಆವರಿಸಿರುವದು.

14) ಯುಗ ಪರಿವರ್ತನೆ ಸಮಯದಲ್ಲಿ ಭಗವಾನ ಕಲ್ಕಿಯವರಿಂದ ಹೊಸ ಸೂರ್ಯ, ಹೊಸ ಚಂದ್ರ ಮತ್ತು ಹೊಸ ಹೊಸ ನಕ್ಷತ್ರಗಳ ಸ್ಥಾಪನೆಯಾಗುವವು.

ಫ) ಆಧ್ಯಾತ್ಮಿಕ ಪರಿವರ್ತನೆ :

1) ಬಹಳಷ್ಟು ದೇವಸ್ಥಾನಗಳ ಮೇಲೆ ಸಿಡಿಲು ಬೀಳುವದು.

2) ಅಲ್ಲಲ್ಲಿ ಸಿಡಿಲಿನಿಂದ ದೇವಸ್ಥಾನಗಳ ಧ್ವಜಿಗಳು ಬಸ್ಮವಾಗುವವು.

3) ಕೆಲವೊಂದು ಮಂದಿರಗಳಲ್ಲಿ ಕಳ್ಳತನ ಮತ್ತು ಆತಂಕಕಾರಿ ದರೊಡೆಗಳು ನಡೆಯುವವು. ಮತ್ತು ದೇವಸ್ಥಾನದಿಂದ ಮೂರ್ತಿಗಳು ಕಳ್ಳತನವಾಗುವವು.

4) ದೇವಸ್ಥಾನಗಳಲ್ಲಿ ಜನರು ದುಷ್ಕರ್ಮಗಳನ್ನು ಮಾಡುವರು.

5) ಮಾಂಸಹಾರ ಮತ್ತು ಮದ್ಯ ಸೇವನೆ ಮಾಡಿ ಪೂಜಾರಿಗಳು ಮಂದಿರದಲ್ಲಿ ಪೂಜೆ ಮಾಡುವರು.

6) ಜನರು ಕೂಡಾ ಮಾಂಸಹಾರ ಮತ್ತು ಮದ್ಯಪಾನ ಮಾಡಿ ಮಂದಿರಗಳಲ್ಲಿ ಪ್ರವೇಶ ಮಾಡುವರು.

7) ಬೇರೆ ಬೇರೆ ಮಂದಿರಗಳಲ್ಲಿ ಮತ್ತು ಆಧ್ಯಾತ್ಮಿಕ ಸ್ಥಾನಗಳಲ್ಲಿ ಅಧ್ಯಾತ್ಮಿಕ ವಾತಾವರಣ ಇರುವದಿಲ್ಲ.

8) ದೇವ ದೇವತೆಗಳು ಇದ್ದರೂ ಕೂಡಾ ಮಂದಿರಗಳ ರಕ್ಷಣೆ ಆಗುವದಿಲ್ಲ.

9) ಕಂಡ ಕಂಡಲ್ಲಿ (ದೇವಸ್ಥಾನ) ದೇವ-ದೇವತೆಗಳ ಪೂಜೆಯನ್ನು ಮಾಡಲಾರರು.

10) ಈ ಎಲ್ಲ ಪಾಪ ಕರ್ಮಗಳಿಂದ ದೇವ-ದೇವತೆಗಳು ದೇವಸ್ಥಾನಗಳಿಂದ ಸ್ಥಾನವನ್ನು ತೇಜಿಸಿದ್ದಾರೆ.

ಡ) ಗುರು ಶಿಷ್ಯ ಮತ್ತು ಸಾಧು ಸಂತರ ರೂಪು-ರೇಶೆಗಳು :

1) ತಮ್ಮ ಹೊಟ್ಟೆಯನ್ನು ತುಂಬಿಸಿಕೊಳ್ಳಲಿಕ್ಕೋಸ್ಕರ ಜನರು ಗುರು ಪರಂಪರೆಯ ಪ್ರಾರಂಭ ಮಾಡುವರು.

2) ಗುರು ಜನರಿಗೆ ಶಾಸ್ತ್ರ ಪುರಾಣಗಳ ಜ್ಞಾನ ಇರುವದಿಲ್ಲ.

3) ತಂತ್ರ ಸಾಧನೆ ಮಾಡಿ ಕೆಲವೊಂದು ಜನರು ತಮ್ಮಷ್ಟಕ್ಕೆ ತಾವು ಗುರು ಎಂದೆನಿಸಿಕೊಳ್ಟುವರು.

4) ಆ ಜನರು ಭೂತ-ಪ್ರೇತ ಪಿಶಾಚಗಳ ಬಗ್ಗೆ ನಿರಾಕರಣೆ ಮಾಡುವವರಾಗಿರುತ್ತಾರೆ. (ಮಾಂತ್ರಿಕ ಕೆಲಸ ಮಾಡುವವರು) ಆ ಜನರು ಸಮಾಜದಲ್ಲಿ ದೊಡ್ಡ ಗುರುಗಳೆಂದು ಎಂದೆನಿಸಿಕೊಳ್ಟುವರು.

5) ಗುರು ಪರಂಪರೆಯಲ್ಲಿ ಮಾಂಸಾಹಾರ ಮತ್ತು ಮದ್ಯಪಾನಕ್ಕೆ ಪ್ರಾಶಸ್ತತೆ ಕೊಡಲಾಗುವುದು.

6) ಮೇಲು ಜಾತಿಯವರೆಂದು ಅನ್ನಿಸಿಕೊಳ್ಟುವ ಜನರು ಕೈಯಲಿ ಜಾಲ (ಬಲೆ) ಕಣ್ಣಿಗೆ ತೆಗೆದುಕೊಂಡು ಮೀನು ಹಿಡಿಯುವರು ಮತ್ತು ಖಟುಕರ (ಕಸಾಯಿ) ಕೆಲಸ ಮಾಡುವರು.

7) ಬ್ರಹ್ಮಚಾರ್ಯ ಆಚರಣೆ ಮಾಡುವ ಜನರು ಬ್ರಹ್ಮಚಾರ್ಯದ ಪಾಲನೆ ಮಾಡಲಾರರು.

8) ತಂದೆ-ತಾಯಂದಿರು ಇಟ್ಟಂತಹ ಹೆಸರನ್ನು ಬದಲಾಯಿಸಿ ಅದರ ಮುಂದೆ ಸಂತ, ಸ್ವಾಮಿಜಿ, ದಾಸ, ಮಹಾರಾಜ ಇತ್ಯಾದಿ ಉಪನಾಮಗಳನ್ನು ಜೊಡಿಸಿ ತಮ್ಮಷ್ಟಕ್ಕೆ ತಾವು ಠಾಕೂರ/ ಮಹಾಪುರುಷ ಅಂತಾ ಕರೆಸಿಕೊಳ್ಟುವರು.

9) ಕೇಸರಿ ಮತ್ತು ಕ್ಯಾವಿ ವಸ್ತ್ರಗಳನ್ನು ಧರಿಸಿಕೊಂಡು ತಮ್ಮಷ್ಟಕ್ಕೆ ತಾವೇ ಗುರುವೆನಿಸಿಕೊಳ್ಟುವರು.

10) ಅರಣ್ಯವನ್ನು ನಾಶ ಮಾಡಿ, ಹಾವಿನ ಹುತ್ತಕ್ಕೆ ಪೂಜೆ ಮಾಡಿ ಅದನ್ನು ದೇವರು ಕನಸಿನಲ್ಲಿ

ಆದೇಶ ಕೊಟ್ಟಿದ್ದಾನೆ ಅಂತ ಸುಳ್ಳು ಹೇಳಿ ಮಹಿಮೆಯ ಪ್ರಚಾರ ಮಾಡುವರು.

11) ಗುರುವೆನಿಸಿಕೊಳ್ಳುವ ಜನರು ಶಿಷ್ಯಂದಿರ ಜೊತೆ ಮದುವೆ ಮಾಡಿಕೊಂಡು ಅವರಿಗೆ ನನ್ನ ಅಷ್ಟಪಟ್ಟದ ರಾಣಿ ಅಂತಾ ಕರೆಯುವರು.

12) ಗುರು ಜನರು ತಮ್ಮಷ್ಟಕ್ಕೆ ತಾವು ದೇವರ ಅವತಾರವೆಂದು ಹೇಳಿ ಸ್ವತಃ ಘೋಷಣೆ ಮಾಡಿಕೊಳ್ಳುವರು.

13) ನಕಲಿ (ಸುಳ್ಳು) ಶಂಖ ಚಕ್ರ ತೋರಿಸಿ ತಮ್ಮಷ್ಟಕ್ಕೆ ತಾವು ಭಗವಾನ ಕಲ್ಕಿ ಅಂತಾ ಹೇಳಿಕೊಂಡು ಜನರನ್ನು ಲೂಟಿ ಮಾಡುವರು.

14) ಗುರು ಅನಿಸಿಕೊಳ್ಳುವವರು ಆಸೆ ತೋರಿಸಿ ಶಿಷ್ಯನ ಪತ್ನಿಯನ್ನು ಹರಣ ಮಾಡುವರು.

15) ತಮ್ಮಷ್ಟಕ್ಕೆ ತಾವು ಗೋಪಾಲ ಅಂತಾ ಮತ್ತು ಶಿಷ್ಯರನ್ನು ಗೋಪಿ ಅಂತಾ ಕರೆದು ತಮ್ಮ ಕಾಮನಾ ವಾಸನಾದಂತಹ ಕಾರ್ಯಗೈದು ದುರನೀತಿಯಿಂದ ಚಟಗಳನ್ನು ಇಡೇರಿಸಿಕೊಳ್ಳುವರು.

16) ಗುರು ಎನಿಸಿಕೊಂಡವರು ತಮ್ಮಷ್ಟಕ್ಕೆ ತಾವೆ ಭಗವಾನ ನಾರಾಯಣ ಅಂತಾ ಹೇಳಿಕೊಂಡು ಶಿಷ್ಯಂದಿರಿಗೆ ಮುಕ್ತಿಯ ಆಸೆ ತೋರಿಸಿ ಪಾದ ಸೇವೆ ಮಾಡಿಸಿಕೊಳ್ಳುವರು.

17) ತಮ್ಮ ತಲೆಯ ಮೇಲೆ ಜಟಾ ಕಟ್ಟಿಕೊಂಡು ತಾವು ಸಂತ ಅಂತಾ ಕರೆಸಿಕೊಳ್ಳುವರು ಮತ್ತು ಜನರನ್ನು ಮೋಸ ಮಾಡುವರು.

18) ಅಶಿಕ್ಷಿತ ಮತ್ತು ಮೈಗಳ್ಳ ಜನರು ತಮ್ಮಷ್ಟಕ್ಕೆ ತಾವು ಭಗವಾನರ ದಾಸನೆಂದು ಹೇಳಿಕೊಳ್ಳುವರು ಮತ್ತು ಕೊರಳಲ್ಲಿ ಜನಿವಾರ ಹಾಕಿಕೊಂಡು ಜನರಿಗೆ ಮೋಸ ಮಾಡುವರು.

19) ಗುರು ಜನರು ಶ್ರೀಮಂತ ಶಿಷ್ಯರನ್ನು ಹುಡುಕಿ ಹುಡುಕಿ ಒಂದೂ ಗೂಡಿಸುವರು.

20) ಶಿಷ್ಯಂದಿರ ಆಸ್ತಿಯಿಂದ ಗುರುವೆನಿಸಿಕೊಂಡಿರುವ ಜನರು ಶಿಷ್ಯರ ಸಂಪತ್ತಿನಿಂದ ಸುಖ ಭೋಗ ನಡೆಸುವರು.

21) ಶಿಷ್ಯಂದಿರಿಂದ ದುಡ್ಡು, ಸಂಪತ್ತು, ಚಿನ್ನ, ಬೆಳ್ಳಿ ಇನ್ನೂ ಅನೇಕ ವೈಡೂರ್ಯಗಳ ದಕ್ಷಿಣೆಯನ್ನು ತೆಗೆದುಕೊಂಡು ವೈಕುಂಠದಲ್ಲಿ ಸ್ಥಾನ ಕೊಡುವುದಾಗಿ ಸುಳ್ಳು ಹೇಳುವರು.

22) ಸುಂದರ ಸ್ತ್ರೀಯರನ್ನು ಬೇರೆ ಬೇರೆ ಆಸೆ ತೋರಿಸಿ ಶಿಷ್ಯರನ್ನಾಗಿ ಮಾಡಿಕೊಂಡು ತಮ್ಮ ಕಾಮನಾ, ವಾಸನಾ ದುರನೀತಿ ಚಟಗಳನ್ನು ಇಡೇರಿಸಿಕೊಳ್ಳುವರು.

ಈ ಪ್ರಕಾರವಾಗಿ ಯುಗದ ಅಂತ್ಯದಲ್ಲಿ ಸಂಸಾರದಲ್ಲಿ ಬಹಳಷ್ಟು ಪರಿವರ್ತನೆಯಾಗುವದು. ಮತ್ತು ಪೂರ್ಣ ನಿಯೋಜಿತದಂತೆ ಕಾಣಿಸತೊಡಗುವದು. ಭವಿಷ್ಯ ಮಾಟಿಕಾದಲ್ಲಿ ಮಹಾಪುರುಷ ಪಂಚಮಹಾಸಕುಗಳು ವರ್ಣೇಸಿದ್ದಾರೆ. ಕಲಿಯುಗ ಸಂಪೂರ್ಣ ಮುಗಿದ ಕೂಡಲೆ ಈ ಲಕ್ಷಣಗಳು ಕಾಣಿಸುತ್ತವೆ । ಇದರಿಂದ ನಮಗೆ ಎಲ್ಲಾ ಲಕ್ಷಣಗಳು ಕಾಣಿಸತೊಡಗಿವೆ । ಇದರಲ್ಲಿಯ ಕೆಲವೊಂದು ಲಕ್ಷಣಗಳ ಪ್ರಮಾಣಗಳು ಇನ್ನೂ ಸೀಗಬೇಕಾಗಿದೆ । ನಾವು ಈ ರೀತಿಯಾಗಿ ಅಂದುಕೊಳ್ಳಬಹುದು. ಕಲಿಯುಗ ಸಂಪೂರ್ಣ ರೂಪದಿಂದ ಸಮಾಪ್ತಿಯಾಗಿದೆ. ಮತ್ತು ಇದು ಸಂಗಮಯುಗ ಅಥವಾ ಯುಗಸಂಧ್ಯಾದ ಸಮಯ ನಡೆದಿದೆ ಅಂತಾ ತಿಳಿಯಬಹುದು.

ಅಧ್ಯಾಯ – 7
ಕಲಿಯುಗದಲ್ಲಿ ಭಗವಂತನ ಮೂರು ಅವತಾರಗಳು

ಪಂಚಸಖಾರಿಂದ ಬರೆದಿರುವಂತಹ ಭವಿಷ್ಯ ಮಾಲಿಕಾ ಗ್ರಂಥದ ಪ್ರಕಾರ ಕಲಿಯುಗದಲ್ಲಿ ಭಗವಂತನ ಮೂರು ಅವತಾರಗಳು ಈ ಭೂಮಿಯ ಮೇಲೆ ಅವತರಿಸುತ್ತವೆ. ಮಹಾಪುರುಷ ಅಚ್ಯುತಾನಂದ ದಾಸರು ತಮ್ಮ "ಜಾಯಿ ಫುಲ ಮಾಲಿಕಾ" ಗ್ರಂಥದಲ್ಲಿ ಉಲ್ಲೇಖಿಸಿದ್ದಾರೆ.

"ಕಲಿ ರೇ ತಿನಿ ಜನ್ಮ, ಹೆಬಿ ಪರಾ ಪ್ರಭು ಶ್ರೀ ನಾರಾಯಣ,

ಜಾಯಿ ಫುಲ ಲೋ, ಜಾಯಿ ಫುಲ ಲೋ,

ಸೇ ತೋ ಭಕ್ತ ಜಿಬ ಜೀಬನ ಜಾಯಿ ಫುಲ ಲೋ"

ಅರ್ಥಾತ :

ಕಲಿಯುಗದಲ್ಲಿ ಭಕ್ತರ ಪ್ರಾಣನಾಥ (ಮೂಲ ಪುರುಷ) ಪ್ರಭು ಶ್ರೀ ನಾರಾಯಣನು ಮೂರು ಬಾರಿ ಭೂಮಿಯ ಮೇಲೆ ಅವತರಿಸುವನು.

ಕಲಿಯುಗದಲ್ಲಿ ಭಗವಂತನ ಮೊದಲನೆ ಅವತಾರ

"ಭಗವಾನ ಬುದ್ಧ" ಅವತಾರ : –

"ಭವಿಷ್ಯ ಮಾಲಿಕಾ" ಪ್ರಕಾರ ಕಲಿಯುಗದ ಮಧ್ಯಭಾಗದಲ್ಲಿ ಭಗವಾನ ಬುದ್ಧ ಅವತರಿಸಿದ್ದನು. ಭಕ್ತ ಕವಿ ಜಯದೇವನು ಇದರ ಸಂಬಂಧದಲ್ಲಿ ತಮ್ಮ ದಶಾವತಾರ ಸ್ತುತಿಯಲ್ಲಿ ಬುದ್ಧ ಅವತಾರದ ಬಗ್ಗೆ ವರ್ಣನೆಯನ್ನು ಮಾಡಿದ್ದಾರೆ.

"ನಿಂದಸಿ ಯಜ್ಞ ವಿಧೇರ ಅಹಃ ಶ್ರುತಿ ಜಾತಂ ಸದಯ ಹೃದಯ ದರ್ಶೀತ ಪಶುಫಾತಂ।

ಕೇಶವ ಧೃತ ಬುದ್ಧ ಶರೀರ ಜಯ ಜಗದೀಶ ಹರೇ।"

ಮೇಲ್ಕಾಣಿಸಿದ ಶ್ಲೋಕದಲ್ಲಿ ಪ್ರಮಾಣಿಸಿದಂತೆ ಕಲಿಯುಗದ ಮಧ್ಯ ಯಜ್ಞದಲ್ಲಿ ಹೆಚ್ಚಿನ ಸಂಖ್ಯೆಯಲ್ಲಿ ಜೀವಂತ ಪ್ರಾಣಿಗಳನ್ನು ಬಲಿಕೊಡಲಾಗುತಿತ್ತು. ಮತ್ತು ತಂತ್ರ-ಮಂತ್ರದ ಪದ್ಧತಿಯ ಪ್ರಭಾವದಿಂದ ಆಗುವ ಜೀವ ಹತ್ಯೆಯನ್ನು ಹದ್ದು ಮೀರಿ ನಡೆಯುತಿತ್ತು. (ಹಿಂಸಾಚ್ಯಾರದಿಂದ ಕೂಡಿತ್ತು) ಸನಾತನ ಧರ್ಮದ ತತ್ವ ಸಿದ್ಧಾಂತಗಳು ನಶಿಸಿ ಹೋಗಿದ್ದವು. ಆ ಸಮಯದಲ್ಲಿ ಭಗವಾನ ತನ್ನ ಅಂಶದಿಂದ ಬುದ್ಧನ ಅವತಾರ ತೆಗೆದುಕೊಂಡು ಭೂಮಿಯ ಮೇಲೆ ಅವತರಿಸಿದನು. ಮತ್ತು ಪ್ರಾಣಿ ಬಲಿಯನ್ನು ವಿರೋಧ ಮಾಡುತ್ತಾ ಸನಾತನ ಧರ್ಮವನ್ನು ಮರು ಸ್ಥಾಪಿಸಿದನು.

"ತತಃ ಕಲೌ ಸಂಪ್ರವೃತೆ ಸಮ್ಮೋಹಾಯ ಸುರದ್ಧವಿಶಾಮ್ ।
ಬುದ್ಧಧೋ ನಾನ್ಮಾಜನಸುತಃ ಕೀಕಟೆಶು ಭವಿಷ್ಯತಿ"।

ಅಥಾ೯ತ :

ಆ ಸಮಯದಲ್ಲಿ ರಾಜಾ ಮಹಾರಾಜರೂ, ಪ್ರಜಾಗಳು ಅನ್ಯಾಯ, ಅನೀತಿ ಮತ್ತು ಜೀವಗಳ (ಪ್ರಾಣಿ) ಹತ್ಯೆಯ ಪಾಪಗಳಲ್ಲಿ ಸಂಪೂರ್ಣವಾಗಿ ತೊಡಗಿದ್ದರು. ಆಗ ಭಗವಂತನು ಆ ಎಲ್ಲರನ್ನು ಪರಿವರ್ತನೆ ಮಾಡುವ ಉದ್ದೇಶದಿಂದ ಮತ್ತು ಸತ್ಯ, ಸನಾತನ ಧರ್ಮದ ಸಂಸ್ಥಾಪನೆಗೊಸ್ಕರ ಕಿಕಟ ಪ್ರದೇಶದಲ್ಲಿ ಬುದ್ಧ ದೇವ ಅವತಾರ ತಾಳಿದನು ।

ಚೈತನ್ಯ ಅವತಾರ : –

ಕಲಿಯುಗದಲ್ಲಿ ಭಗವಾನರ ಎರಡನೆ ಅವತಾರವೇ ಭಗವಾನ ಚೈತನ್ಯ ಮಹಾಪ್ರಭು ಕಲಿಯುಗದಲ್ಲಿ ಎರಡನೇ ಅವತಾರದ ರೂಪದಲ್ಲಿ ಭಗವಾನ ಮಹಾಪ್ರಭು ಶ್ರೀ ಚೈತನ್ಯರೆಂದು ನದಿಯಾ ನವದ್ವೀಪ ಎಂಬ ಗ್ರಾಮದಲ್ಲಿ ಜನಿಸಿದರು. ಮತ್ತು ಭಗವಾನ ವಿಷ್ಣುವಿನ ಮಹಾಮಂತ್ರವನ್ನು ಸಂಪೂರ್ಣ ವಿಶ್ವದಲ್ಲಿ ಪ್ರಚಾರ ಮಾಡಿದರು. ಜೊತೆಗೆ ಜೀವ ಹತ್ಯೆಯ ವಿರೋಧ ಮಾಡುತ್ತಾ ವೈಷ್ಣವ ಧರ್ಮವನ್ನು ಭೂಮಂಡಲದಲ್ಲಿ ಮರುಸ್ಥಾಪಿಸಿದರು.

"ಕೃಷ್ಣರ ಪ್ರಭತಾ ತ್ರಿಗೂಟ ಪ್ರಕಾರ,
ಶಾಸ್ತರ ತ್ರಿಮೂರ್ತಿ ಆರ ಭಕ್ತ ಕಾಲೇಬರ। "

ಅಥಾ೯ತ :

ಭಗವಾನ ಚೈತನ್ಯ ಮಹಾಪ್ರಭುವು ನಾಮ ಸ್ಮರಣೆಯ ಮಹಿಮೆ ಮತ್ತು ಅಹಿಂಸಾ ಧರ್ಮದ ಪ್ರಚಾರ ಮಾಡುವುದರ ಜೊತೆ ಜೊತೆಗೆ ಭಕ್ತಿ ಮತ್ತು ಪ್ರೇಮದ ಮಾರ್ಗದಿಂದ ಭಗವಂತನ ಸನ್ನಿಧಿಗೆ ತಲುಪುವ ವಿಶೇಷ ಮತ್ತು ಸ್ವತಂತ್ರ ಮಾರ್ಗವನ್ನು ತೋಲಿಸಿದರು । ವಾಸ್ತವದಲ್ಲಿ ಅವರ ಈ ಉಪದೇಶವು ಮೂರ್ತಿ ಪೂಜಾ, ಶ್ರೀಮಧ್ ಭಾಗವತ್ ಪಠನ ಇದುವೆ ಭಕ್ತಿಯ ಸಾರವಾಗಿದೆ ।

ಕಲಿಯುಗದಲ್ಲಿ ಭಗವಾನರ ಮೂರನೆ ಅವತಾರ ಭಗವಾನ ಕಲ್ಕಿ ಭವಿಷ್ಯ ಮಾಲಿಕಾದಲ್ಲಿರುವಂತೆ ವಿವಿಧ ಶಾಸ್ತ್ರ, ಗ್ರಂಥಗಳಲ್ಲಿ ಇದನ್ನು ಉಲ್ಲೇಖಿಸಿದ್ದಾರೆ. ಕಲಿಯುಗವು ೫೦೦೦ ವರ್ಷಗಳ ನಂತರ ಭಗವಾನ ಕಲ್ಕಿಯು ಈ ಭೂಮಿಯ ಮೇಲೆ ಅವತರಿಸುತ್ತಾನೆ. ಈಗ ಕಲಿಯುಗಕ್ಕೆ ೫125 ವರ್ಷಗಳು ಗತಿಸಿವೆ । ಈ ಮಹತ್ವ ಪೂರ್ಣ ಸಂಗತಿಯ ಆಧಾರದಿಂದ ನಾವು ಈ ಮಾತನ್ನು ತಿಳಿದು ಕೊಳ್ಳಬೇಕಾಗುತ್ತದೆ. ಕಲಿಯುಗವು ಸಮಾಪ್ತವಾಗಿದೆ ಅಂತಾ ಈಗ ಮಾನವ ಸಮಾಜ ಸಂಗಮ ಯುಗದಲ್ಲಿ ವಾಸಿಸುತ್ತಿದ್ದಾರೆ । ಮಾನವ ಸಮಾಜ ಬಹು ಬೇಗ ಧರ್ಮ ಸಂಸ್ಥಾಪನೆಯನ್ನು ನೋಡುವರು

।"ಅಥಸು ಜುಗಸಂಧ್ಯಂಸೆ ದಸ್ಯೂ ಪ್ರಯಾಸೆಶು ರಾಜಸು ।
            ಜನಿತಾ ವಿಷ್ಣು ಯಶೋ ನಮನಾ ಕಲ್ಕಿ ಜಗತಪತಿ"।

ಅರ್ಥಾತ :

      ಯಾವ ಸಮಯದಲ್ಲಿ ಕಲಿಯುಗದ ಸಂಧ್ಯಾ ಸಮಯ (ಕಾಲ) ನಡೆಯುತ್ತಿರುವಾಗ
ಭಗವಾನ ಶ್ರೀ ವಿಷ್ಣುವು ಶ್ರೀ ಹರಿ ವಿಷ್ಣುವಿನ ಯಶಗಾಥಾ ಗಾಯನ ಮಾಡುವ ಒಬ್ಬ
ವೈಷ್ಣವ ಬ್ರಾಹ್ಮಣನ ಪುತ್ರ ರೂಪದಲ್ಲಿ ಭಗವಾನ ಕಲ್ಕಿ ಜನ್ಮಿಸುವನು ।

      "ಸಂಬಲ ಗ್ರಾಮ ಮುಖ್ಯಸ್ಯ ಬ್ರಾಹ್ಮಣ್ಯಸ್ಯ ಮಹಾತ್ಮನ ।
       ಭಬನೆ ವಿಷ್ಣು ಜಶಷ್ಯ ಕಲ್ಕಿ ಪ್ರಾದುಖ್ರಾಜಿಷ್ಯತೀ ॥"

ವಿವರಣೆ :

      ಸಂಬಲ ಗ್ರಾಮದ ಪ್ರಮುಖ ಬ್ರಾಹ್ಮಣನ ಮನೆಯಲ್ಲಿ ಭಗವಾನ ಶ್ರೀ ವಿಷ್ಣುವಿನ
ಯಶೋಗಾಥಾ ಗಾಯನ (ಭಜನೆ) ಮಾಡುವ ಅತ್ಯಂತ ಸದ್ಗುಣಶೀಲ ಬ್ರಾಹ್ಮಣನ ಮನೆಯಲ್ಲಿ
ಭಗವಾನ ಕಲ್ಕಿಯು ಜನ್ಮಿಸುವನು । ಪಾಪಿಗಳನ್ನು ಮತ್ತು ಮ್ಲೇಚರನ್ನು ವಿನಾಶ ಮಾಡಲು
ಮತ್ತು ಧರ್ಮವನ್ನು ರಕ್ಷಿಸಲು ಭಗವಂತ ಭೂಮಿಯ ಮೇಲೆ ಮಾನವ ರೂಪದಲ್ಲಿ
ಅವತರಿಸುತ್ತಾನೆ ।

ಅಧ್ಯಾಯ – 8
ಮ್ಲೇಚರೆಂದು ಯಾರನ್ನು ಕರೆಯುತ್ತಾರೆ ?

ಸತ್ಯಯುಗದಲ್ಲಿ ಭಗವಾನ ವಿಷ್ಣುವು ಅವತರಿಸಿ ಜಗತ್ತಿನಲ್ಲಿ ಸತ್ಯ, ಶಾಂತಿ, ದಯಾ, ಕ್ಷಮೆ ಮತ್ತು ಸ್ನೇಹವನ್ನು ಸ್ಥಾಪಿಸಿದನು. ಆ ಸಮಯದಲ್ಲಿ ಎಲ್ಲ ಮಾನವ ಸಮಾಜ ಶಾಸ್ತ್ರಗಳನ್ನು ಬಲ್ಲವರಾಗಿದ್ದರು ಮತ್ತು ವೈದಿಕ ಸಂಪ್ರದಾಯದಂತೆ ಜೀವನ ನಡೆಸುತ್ತಿದ್ದರು । ಆ ಸಮಯದಲ್ಲಿ ಜ್ಞಾನದ ದೃಷ್ಟಿಯಿಂದ ಋಷಿ ಮುನಿಗಳು ಅಹಂಕಾರಿ ಮತ್ತು ಗರ್ವಿಷ್ಠರಾಗಿದ್ದರು ಆ ಪಾಪದ ಕಾರಣದಿಂದಾಗಿ ಸತ್ಯಯುಗದ ಅಂತ್ಯವಾಯಿತು । ತ್ರೇತಾ ಯುಗದಲ್ಲಿ ಭಗವಾನ ಶ್ರೀರಾಮನು ಅವತಲಿಸಿದನು ಮತ್ತು ತ್ರೇತಾಯುಗದಲ್ಲಿ ಜನರು ಯಜ್ಞ ಆದಿ ಪುಣ್ಯ, ಕರ್ಮದ ಮೂಲಕ ಭಗವಾನ ಶ್ರೀರಾಮನ ದೇಹಸಂಗದ (ಸಾಂಗತ್ಯದ) ಪ್ರಯೋಜನವನ್ನು ಪಡೆದರು ಮತ್ತು ತ್ರೇತಾಯುಗದ ಅಂತ್ಯದಲ್ಲಿ ಅವರು ರಾವಣನಂತಹ ಮಹಾಪಾಪಿಗಳ ವಿನಾಶ ಮಾಡಿದರು ಮತ್ತು ಕೊನೆಯಲ್ಲಿ ಭೂಮಂಡಲದಲ್ಲಿ ಖಂಡ ಪ್ರಳಯವಾಯಿತು. ಮತ್ತೆ ಮಾನವರು ತ್ರೇತಾಯುಗದಿಂದ ದ್ವಾಪಾರಯುಗಕ್ಕೆ ತೆರಳಿದರು । ಮತ್ತು ದ್ವಾಪರ ಯುಗದಲ್ಲಿ ಜನಿಸಿದ ಗೋಲೋಕ ಧಾಮದ ಭಕ್ತರು ಭಗವಾನ ಶ್ರೀ ಕೃಷ್ಣರ ದೇಹಸಂಗ (ಸಾಂಗತ್ಯವನ್ನು) ಪಡೆದುಕೊಂಡು ಪ್ರಭುವಿನ ಜೊತೆಗೂಡಿ ಗೋಲೋಕ ವೈಕುಂಠ ಧಾಮಕ್ಕೆ ಮರಳಿದರು । ಆಗ ಭಗವಾನ ಶ್ರೀ ಕೃಷ್ಣರು ದೇಹತ್ಯಾಗ ಮಾಡಿದರು । ಆ ಸಮಯದಲ್ಲಿ ಕಲಿಯುಗಕ್ಕೆ 1200 ವರ್ಷ ಭೋಗವಾಗಿತ್ತು ಮತ್ತು ಕಲಿ ತನ್ನ ಶರೀರದ ಪ್ರಭಾವದಿಂದ ಹರಡಿಕೊಂಡಿದ್ದನು । ಇದಕ್ಕೆ ಸಂಬಂಧಿಸಿದಂತೆ ಭಾಗವತ್‌ದಲ್ಲಿ ಒಂದು ಶ್ಲೋಕವಿರುತ್ತದೆ –

"ಯಥಾ ದೇವರ್ಷಯಃ ಸಪ್ತ ಮಹಾಶು ಚಿಚರಂತಿಹೀಂ,
ತದಾ ಪ್ರಭೃತ್ತಸ್ತ್ಯ ಕಲಿ ದ್ವಾದಶಾರದದ- ಶತಾತ್ಮಕಃ ।"

ಸಾರಾಂಶ :

ಯಾವ ಸಮಯದಲ್ಲಿ ಮಾಘ ನಕ್ಷತ್ರದಲ್ಲಿ ಸಪ್ತ ಋಷಿಗಳು ಸಂಚಲಿಸುತ್ತಿದ್ದಾಗ ಆಗ ಶ್ರೀ ಕೃಷ್ಣರನ ದೇಹಾಂತದ ಸಮಯದವರೆಗೆ ಕಲಿಯುಗಕ್ಕೆ 1200 ವರ್ಷಗಳು ಸಂಭವಿಸಿತ್ತು । ಇದಾದ ನಂತರ ಮಹಾರಾಜಾ ಪಲೀಕ್ಷಿತರ ನಿಧನವಾಯಿತು ಮತ್ತು ಸಂಪೂರ್ಣ ಕಲಿಯುಗವು ಪ್ರಾರಂಭವಾಯಿತು ಮತ್ತು ಕಲಿಯ ಸಂಪೂರ್ಣ ಬ್ರಹ್ಮಾಂಡದಲ್ಲಿ ತನ್ನ ಪ್ರಭವಾವನ್ನು ಬೀಲಿದನು । ಈ ಯುಗದಲ್ಲಿ ಜನರು ಲೋಭ, ಮೋಹ, ಕಾಮ, ಕ್ರೋಧ, ಅಹಂಕಾರ ವೇಶಾ ಆಸಕ್ತರಾದರು ಮತ್ತು ಸೋಮಾಲತನದಿಂದ ದುರ್ಗುಣಕ್ಕೆ ಒಳಗಾದರು.

ಆದರೂ ಕೂಡಾ ಜನರು ಶಾಸ್ತ್ರಗಳ, ಪುರಾಣಗಳ ಮತ್ತು ವೇದಗಳ ಜ್ಞಾನವಿದ್ದರೂ

ಕೂಡಾ ಜನರು ಶಾಸ್ತ್ರ ವಿರೋಧಿ ಮತ್ತು ವೇದ ವಿರೋಧಿ ಕಾರ್ಯಗಳನ್ನು ಮಾಡುವರು । ಯಾರು ಧರ್ಮವನ್ನು ತಪ್ಪಾಗಿ ತಿಳಿಯುತ್ತಾರೋ, ವೇದಗಳ ವಿರೋಧ ಮಾಡುತ್ತಾರೋ, ಪ್ರಾಣಿ ಹತ್ಯೆಯಂತಹ ಪಾಪಗಳನ್ನು ಮಾಡುತ್ತಾರೋ, ಯಾರು ಮಾಧಕ ದ್ರವ್ಯದ ಸೇವನೆಯನ್ನು ಮಾಡುತ್ತಾರೋ, ದೇವತೆಗಳ ವಿರುದ್ಧ ಮಾತನಾಡುತ್ತಾರೋ ಅವರನ್ನು ಕಲಿಯುಗದಲ್ಲಿ ಮ್ಲೇಚರೆಂದು ಕರೆಯುತ್ತಾರೆ ।

ಶ್ರೀ ಜಯದೇವರು "ಗೀತ ಗೋವಿಂದಲ್ಲಿ" ಗ್ರಂಥದಲ್ಲಿ ಉಲ್ಲೇಜಿಸಿರುವಂತೆ
"ಮ್ಲೇಚನಿವಹ ನಿಧನೆ ಕಲಯಸಿ ಕರವಾಲಮ್ ।
ಧೂಮಕೇತು ಮಹಿವಾ ಕಿಮ್‌ಅಪಿ ಕರಾಲಂ
ಕೇಶವ ದೃತ ಕಲ್ಕಿ ಶರೀರ ಜಯ ಜಗದೀಶ ಹರೇ!"

ಈ ದುಷ್ಟ ಪಾಪಿಗಳನ್ನು ಮತ್ತು ಮ್ಲೇಚರನ್ನು ವಿನಾಶ ಮಾಡಲು ಭಗವಾನ ಕಲ್ಕಿಯು ಅವತರಿಸುವರು ಮತ್ತು ಧೂಮಕೇತುವಿನಂತೆ ಉಗ್ರರೂಪವನ್ನು ತಾಳುತ್ತಾರೆ ।

ಅಧ್ಯಾಯ – 9
ನಾಲ್ಕು ಯುಗಗಳ ಧರ್ಮ ಸಂಸ್ಥಾಪನೆಯ
ಮತ್ತು ಕಲಿಯುಗದ ಧರ್ಮ ಸಂಸ್ಥಾಪನೆಯ ವರ್ಣನೆ

ಶಾಸ್ತ್ರಗಳಲ್ಲಿ ಸತ್ಯ, ತ್ರೇತಾ, ದ್ವಾಪಾರ ಮತ್ತು ಕಲಿ ನಾಲ್ಕು ಯುಗಗಳನ್ನು ವರ್ಣಿಸಲಾಗಿದೆ. ಭಗವಾನ ಮಹಾ ವಿಷ್ಣುವು ಮೇಲಿನ ನಾಲ್ಕು ಯುಗಗಳಲ್ಲಿ 24 ಅವತಾರಗಳನ್ನು ತೆಗೆದುಕೊಂಡಿದ್ದಾನೆ ಮತ್ತು ಆ ಅವತರಾಗಳನ್ನು ಈ ಕೆಳಕಂಡಂತೆ ವಿವರಿಸಲಾಗಿದೆ -

1) ಕುಮಾರ ಅವತಾರ (ಸನಕ, ಸನಂದನ, ಸನಾತನ ಮತ್ತು ಸನತಕುಮಾರ)

2) ಯಜ್ಞೇಶ್ವರ

3) ವರಾಹ

4) ನಾರದ ಅವತಾರ

5) ನರನಾರಾಯಣ ಅವತಾರ

6) ಕಪೀಲ ಅವತಾರ

7) ದತ್ತಾತ್ರೇಯ ಅವತಾರ

8) ಯಜ್ಞ ರೂಪ ಅವತಾರ (ಯಾಗರೂಪ)

9) ವೃಷಭ ಅವತಾರ

10) ಪೃಥು ಅವತಾರ

11) ಹಂಸ ಅವತಾರ

12) ಮೀನ ಅವತಾರ

13) ಚಕ್ರಧರ ಅವತಾರ

14) ಕುರ್ಮ ಅವತಾರ

15) ಧನ್ವಂತರಿ ಅವತಾರ

16) ಮೋಹಿನಿ ಅವತಾರ

17) ನರಸಿಂಹ ಅವತಾರ

18) ವಾಮನ ಅವತಾರ

19) ಪರಶುರಾಮ ಅವತಾರ

20) ವೇದವ್ಯಾಸ ಅವತಾರ

21) ಶ್ರೀ ರಾಮ ಅವತಾರ

22) ಬಲರಾಮ ಅವತಾರ

23) ಬುದ್ಧ ಅವತಾರ

24) ಕಲ್ಕಿ ಅವತಾರ

ಮೇಲ್ಕಾಣಿಸಿದ 24 ಅವತಾರಗಳಲ್ಲಿ ಮಹಾಪ್ರಭುವು ಧರ್ಮ ಸಂಸ್ಥಾಪನೆಗೋಸ್ಕರ ಮುಖ್ಯ ಹತ್ತು ಅವತಾರಗಳಲ್ಲಿ ಅವತರಿಸಿದನು ।

1) ಮತ್ಸ್ಯ ಅವತಾರ :

ಭಾವಾರ್ಥ : ಜಲಯಾನದಂತಹ ನೌಕೆಯು (ಹಡಗು) ಯಾವುದೇ ದುಃಖವಿಲ್ಲದೇ ಸಂತೋಷದಿಂದ ಸುಸ್ಥಿತಿಯಲ್ಲಿ ವಸ್ತುಗಳನ್ನು ಪಾರು ಮಾಡುತ್ತಿದೆಯೋ ಅದೆ ರೀತಿಯಲ್ಲಿ ಶ್ರೀ ಹರಿಯು ಯಾವುದೇ ಪ್ರಯತ್ನವಿಲ್ಲದೇ ಶುದ್ಧ, ಚರಿತ್ರದ ಸಮಾನ ಪ್ರಲಯ ಭೂಮಿಯಲ್ಲಿ ಮತ್ಸ್ಯ ರೂಪದಲ್ಲಿ ಅವತರಿಸಿ ವೇದಗಳ ಉದ್ಧಾರ ಮಾಡಿದನು ।

2) ಕುರ್ಮಾ ಅವತಾರ :

ಭಾವಾರ್ಥ : ಶ್ರೀ ಹರಿಯು ಕುರ್ಮಾ ರೂಪವನ್ನು ಧರಿಸಿ ತಮ್ಮ ವಿಶಾಲವಾದ ಬೆನ್ನಿನ ಒಂದು ಭಾಗದಲ್ಲಿ ಪೃಥ್ವಿಯನ್ನು ಎತ್ತಿಕೊಂಡು ಮತ್ತು ಸಮುದ್ರ ಮಂಥನದ ಸಮಯದಲ್ಲಿ ವಿಶಾಲವಾದ ಮಂದರಾಂಚಲ ಪರ್ವತವನ್ನು ಎತ್ತಿಕೊಂಡಿದ್ದರು. ಅವರ ಬೆನ್ನಿನ ಮೇಲೆ ಒಂದು ದೊಡ್ಡದಾದ ತಗ್ಗು ಪ್ರದೇಶವಾಯಿತು ಆದರಿಂದ ಶ್ರೀಹರಿಯು ಗೌರವಕ್ಕೆ ಪಾತ್ರರಾದರು.

3) ವರಾಹ ಅವತಾರ :

ಭಾವಾರ್ಥ : ಯಾವ ಪ್ರಕಾರವಾಗಿ ಚಂದ್ರನು ತನ್ನೊಳಗಿನ ಕಳಂಕದೊಂದಿಗೆ ಸಮ್ಮಿಲಿತ (ಐಕ್ಯವಾದಂತೆ) ರೂಪದಲ್ಲಿ ಕಾಣಿಸಿಕೊಳ್ಳುತ್ತಾನೋ ಅದೇ ತೆರನಾಗಿ ವರಾಹ ಅವತಾರದಲ್ಲಿ ಭಗವಾನನು ವಿಶಾಲ ಮಹಾಸಾಗರದಲ್ಲಿ ಮುಳುಗಿದ ಪೃಥ್ವಿಯನ್ನು ಹಲ್ಲುಗಳ ಮೇಲೆ ಎತ್ತಿಹಿಡಿದು ಉದ್ಧಾರ ಮಾಡಿದನು.

4) ನರಸಿಂಹ ಅವತಾರ :

ಭಾವಾರ್ಥ : ಶ್ರೀ ಹರಿಯು ನರಸಿಂಹ ರೂಪ ಧಾರಣೆ ಮಾಡಿಕೊಂಡು ತನ್ನ ಪ್ರೀಯ ಭಕ್ತ ಪ್ರಲ್ಹಾದನ ವಿನಂತಿಯಂತೆ (ಮನವಿ) ಪ್ರಲ್ಹಾದನ ತಂದೆ ಹಿರಣ್ಯಕಷಪುವಿನಿಂದ ತನನ್ನು ರಕ್ಷಣೆ ಮಾಡಲು ಯಾವ ಶ್ರೇಷ್ಠ ಪಾದಕಮಲದಲ್ಲಿ ದೊಡ್ಡದಾದ ಉಗುರಿನ ಬೆರಳುಳ್ಳ ಭವ್ಯವಾದ ರೂಪದಲ್ಲಿ ಕಂಬದಿಂದ ವಿರಾಜಿಸುತ್ತಾ ಹೊರಬಂದು ಹಿರಣ್ಯಕಷಪುವಿನ ಶರೀರವನ್ನು ಹೇಗೆ ಛಿದ್ರಮಾಡಿದನು ಹೇಗೆಂದರೆ ದುಂಬಿಯು

ಹೂವನ್ನು ಛಿದ್ರಮಾಡಿದಂತೆ ಸಂಹರಿಸಿದನು ।

5) ವಾಮನ ಅವತಾರ :

ಭಾವಾರ್ಥ : ಭಗವಾನನು ವಾಮನ ಅವತಾರವನ್ನು ಧಾರಣೆ ಮಾಡಿ ಮೂರು ಪಾದ ಭೂಮಿಯನ್ನು ಯಜ್ಞಕ್ಕೆ ದಾನವಾಗಿ ಕೇಳಿದನು. ರಾಜಾ ಬಲಿಯ ಗರ್ವವನ್ನು ಮುರಿಯಲು ಭಗವಂತನು ಎರಡು ಪಾದ ಹೆಜ್ಜೆಗಳಿಂದ ಮೂರು ಲೋಕಗಳನ್ನು ಅಳೆದನು. ಭಗವಂತನ ಪಾದಗಳು ಬ್ರಹ್ಮ ಲೋಕದಲ್ಲಿ ತಲುಪಿದಾಗ ಬ್ರಹ್ಮನು ಶ್ರೀಹರಿಯ ಪಾದಗಳನ್ನು ತೊಳೆದು ಆ ನೀರನ್ನು ತನ್ನ ಕಮಂಡಲದಲ್ಲಿ ಸಂಗ್ರಹಿಸಿದನು. ಅದೆ ಗಂಗಾ ಜಲವಾಗಿ ಮಾರ್ಪಟ್ಟಿತು. ಮೂರನೆ ಹೆಜ್ಜೆಯು ಎಲ್ಲಡೆ ಅಂತಾ ಕೇಳಿದಾಗ ರಾಜ ಬಲಿಯು ಮಾತಿಗೆ ತಪ್ಪದೆ ತನ್ನ ತಲೆಯ ಮೇಲೆ ಇಡಲು ಹೇಳಿದನು । ಶ್ರೀ ವಾಮನ ಪ್ರಭು ಪ್ರಸನ್ನರಾಗಿ ಮೂರನೆ ಪಾದವನ್ನು ಬಲಿಯ ತಲೆಯ ಮೇಲೆ ಇಟ್ಟು ಬಲಿಯನ್ನು ಪಾತಾಳ ಲೋಕಕ್ಕೆ ಕಳುಹಿಸಿ, ಪಾತಾಳ ಲೋಕದ ಅಧಿಪತಿಯನ್ನಾಗಿ ಮಾಡಿದರು । ಆಗ ಈ ಲೋಕದ ಜನರು ನಿರ್ಭೀತರಾಗಿ ಜೀವನ ನಡೆಸಿದರು ।

6) ಪರಶುರಾಮ ಅವತಾರ :

ಭಾವಾರ್ಥ : ಈ ಅವತಾರದಲ್ಲಿ ಶ್ರೀ ಹರಿಯು ಬೃಗು ವಂಶದಲ್ಲಿ ಪರಶುರಾಮ ರೂಪ ಧಾರಣೆ ಮಾಡಿ ಕ್ಷತ್ರಿಯ ವಂಶವನ್ನು ನಾಶ ಪಡಿಸುತ್ತಾ ಅವರ ರಕ್ತದಿಂದ ಜಗತ್ತನ್ನು ಶುದ್ಧಿಕರಿಸಿ ಸಂಸಾರದ ದುಃಖವನ್ನು ಹೋಗಲಾಡಿಸಿದರು ।

7) ರಾಮ ಅವತಾರ :

ಭಾವಾರ್ಥ : ಭಗವಾನ ಶ್ರೀ ವಿಷ್ಣುವು ರಾಮನ ಅವತಾರ ಧಾರಣೆ ಮಾಡಿ ಯುದ್ಧದಲ್ಲಿ ರಾವಣನನ್ನು ಸೋಲಿಸಿದನು ಮತ್ತು ಕೀರಿಟ ಭೂಷಿತ ಹತ್ತು ತಲೆಗಳನ್ನು ತನ್ನ ಅದ್ಭುತ ಬಾಣಗಳಿಂದ ಕತ್ತರಿಸಿ ಹಾಕಿ ಹತ್ತು ದಿಕ್ಕುಗಳಲ್ಲಿ ಚದುರಿಸಿದನು । ಇನ್ನೂ ಅನೇಕ ರಾಕ್ಷಸರ ಸಂವಾರ ಮಾಡಿ ಧರ್ಮ ಸ್ಥಾಪನೆ ಮಾಡಿದರು । ಇಂದ್ರಾದಿ ದಿಕ್ಕಪಾಲರಿಗೆ ಸ್ವರ್ಗದ ರಾಜ್ಯವನ್ನು ನೀಡಿದನು । ತರುವಾಯ ಮರ್ಯಾದಾ ಪುರುಷೋತ್ತಮನೆಂದು ಪ್ರಸಿದ್ಧಿಯಾದನು ।

8) ಬಲರಾಮ ಅವತಾರ :

ಭಾವಾರ್ಥ : ಈ ಅವತಾರದಲ್ಲಿ ಪ್ರಭುವು ಬಲರಾಮ ದೇವರೂಪವನ್ನು ಪಡೆದು ಅವರು ತುಂಬಾ ಬಿಳಿ ಮತ್ತು ಶುಭ್ರ ವರ್ಣದಲ್ಲಿ ಕಾಣುತ್ತಿದ್ದರು. ಈ ಅವತಾರದಲ್ಲಿ ಹೊಸ ನೀರಿನ, ಹೊಸ ಮೋಡಗಳ ಸೌಂದರ್ಯವನ್ನು ಹೋಲುವ ನೀಲಿ ವಸ್ತ್ರಗಳನ್ನು ಧರಿಸಿಕೊಂಡು ತಾಯಿ ಯಮುನೆಯು

ಅವರ ವಿಶಾಲವಾದ ನೇಗಿಲಿನ ಹೊಡೆತಕ್ಕೆ ತಾಳಲಾರದೆ ಅವರ ವಸ್ತ್ರದಲ್ಲಿ ಅಡಗಿಕೊಂಡವಳಂತೆ ಕಾಣಿಸುತ್ತಿದ್ದಳು ಎಂದು ವರ್ಣಿಸಲಾಗಿದೆ ।

9 ಬುದ್ಧ ಅವತಾರ :

ಭಾವಾರ್ಥ : ಈ ಅವತಾರದಲ್ಲಿ ಪ್ರಭುವು ಬುದ್ಧನ ಶರೀರ ರೂಪ ಧಾರಣೆ ಮಾಡಿ ದಯೇ, ಸೌಹಾರ್ದತೆ ಮತ್ತು ಪ್ರೀತಿಯನ್ನು ತೋರುತ್ತಾರೆ । ಯಜ್ಞಗಳಲ್ಲಿ ಪ್ರಾಣಿಗಳ ಬಲಿಯನ್ನು ನೋಡಿ ಮತ್ತು ಜೀವಿಗಳ ಮೇಲೆ ಪ್ರಾಣಿ ಹತ್ಯೆಗಾರರ ಕ್ರೂರ ಹಿಂಸೆಯನ್ನು ಕಂಡು ಶ್ರುತಿ ಸಮುದಾಯವನ್ನು ತೀವ್ರವಾಗಿ ಖಂಡಿಸಿದರು. ಎಲ್ಲಾ ಜೀವಿಗಳ ಬಗ್ಗೆ ಪ್ರೀತಿ, ಸಾಮರಸ್ಯ ಮತ್ತು ಉದಾರತೆಯ ಸಂದೇಶವನ್ನು ನೀಡುವದರ ಮೂಲಕ ಜಗತ್ತಿನಲ್ಲಿ ಸದ್ಭಾವನೆಯನ್ನು ಸಾರಿದರು ।

10) ಕಲ್ಕಿ ಅವತಾರ :

ಭಾವಾರ್ಥ : ಈ ಅವತಾರದಲ್ಲಿ ಶ್ರೀ ಹರಿಯು ಕಲ್ಕಿ ಅವತಾರ ಧಾರಣೆ ಮಾಡಿ ಮ್ಲೇಚರನ್ನು ನಾಶ ಮಾಡುತ್ತಾ ಧೂಮಕೇತುವಿನಂತೆ ಭಯಂಕರ ರೂಪವನ್ನು ತಾಳುತ್ತಾನೆ ಮತ್ತು ಭಕ್ತರನ್ನು, ಸಜ್ಜನರನ್ನು ರಕ್ಷಿಸುತ್ತಾನೆ । ದುಷ್ಟರನ್ನು ಸಂವರಿಸುತ್ತಾ ಕಲಿಯುಗದ ಅಂತ್ಯ ಸಮಯಕ್ಕೆ ಸಾಕ್ಷಿಯಾಗುತ್ತದೆ.

ನಾಲ್ಕು ಯುಗದ ಅಂತ್ಯದಲ್ಲಿ ಭವಿಷ್ಯ ಮಾಲಿಕೆಯ ಪ್ರಕಾರ ಪೃಥ್ವಿಯ ಮೇಲೆ ಭಗವಾನನ ಭಕ್ತ ಜನರ ಯುಗವೆಂದು ಪರಿಗಣಿಸಲಾಗುವದು । ಈ ಯುಗವನ್ನು ಅರ್ಧ ಸತ್ಯಯುಗ / ಸಂಗಮಯುಗ ಅಥವಾ ಅನಂತ ಯುಗವೆಂದು ಕರೆಯಲಾಗುತ್ತೆ । ಭವಿಷ್ಯ ಮಾಲಿಕೆಯ ಪ್ರಕಾರ ನಾಲ್ಕು ಯುಗಗಳಲ್ಲಿ ಭಕ್ತರ ಇಷ್ಟಾರ್ಥಗಳನ್ನು ಪೂರ್ಯಿಸುವ ಸಲುವಾಗಿ ಭಗವಾನ ವಿಷ್ಣುವು ಸ್ವಯಂ ಕಲ್ಕಿಯು ಭೂಮಿಯ ಮೇಲೆ ಅವತಾರ ತೆಗೆದುಕೊಂಡು ಭಕ್ತ ಜನರನ್ನು ೧೦೦೯ ವರ್ಷದವರೆಗೆ ಸುಖ ಸಮೃದ್ಧಿ ಪ್ರಧಾನ ಮಾಡುವನು ।

ಕಲಿಯುಗ ಪೂರ್ಣಗೊಳ್ಳುವ ಕುರಿತು
ಶ್ರೀ ಜಗನ್ನಾಥ ಕ್ಷೇತ್ರದಿಂದ ಸಿಕ್ಕಿರುವಂತಹ ಸೂಚನೆಗಳು

1) ಮಹಾತ್ಮಾ ಪಂಚಮಹಾಸಖಾರವರು ಭವಿಷ್ಯ ಮಾಲಿಕೆಯ ರಚನೆಯನ್ನು ಭಗವಾನ ನಿರಾಕಾರರ ನಿರ್ದೇಶನದಂತೆ ರಚಿಸಿದ್ದಾರೆ । ಭವಿಷ್ಯ ಮಾಲಿಕೆಯಲ್ಲಿ ಮುಖ್ಯವಾಗಿ ಕಲಿಯುಗದ ಅಂತ್ಯದ (ಪತನ) ಬಗ್ಗೆ ಸಾಮಾಜಿಕ, ಭೌತಿಕ, ಭೌಗೋಲಿಕ ಪರಿವರ್ತನೆಯ ಲಕ್ಷಣಗಳ ಬಗ್ಗೆ ವರ್ಣನೆಯನ್ನು ಮಾಡಲಾಗಿದೆ । ಶಾಸ್ತ್ರಗಳಲ್ಲಿ (ಗ್ರಂಥ) ಬರೆದಿರುವ ಹೊರತಾಗಿಯು ಶ್ರೀ ಜಗನ್ನಾಥರ ಮುಖ್ಯ ಕ್ಷೇತ್ರವನ್ನು ಆದಿ ವೈಕುಂಠ (ಮೃತ್ಯ ವೈಕುಂಠ) ವೆಂದು ಹೇಳಲಾಗುತ್ತದೆ । 5000 ವರ್ಷಗಳು ಕಲಿಯುಗ ಕಳೆದನಂತರ ಪಂಚಸಖಾರು ಭಕ್ತ ಜನರ ಮನದ ಸಂಶಯವನ್ನು ದೂರ ಮಾಡಲು ಈ ರೀತಿಯಾಗಿ ಹೇಳಿದ್ದಾರೆ । ಭಗವಾನರ ಇಚ್ಛೆಯ ಅನುಸಾರವಾಗಿ ಶ್ರೀ ಜಗನ್ನಾಥರ ನೀಲಾಂಚಲ ಕ್ಷೇತ್ರದಿಂದ ವಿಭಿನ್ನ ಸಂಕೇತಗಳು ಪ್ರಕಟವಾಗುವವು । ಮತ್ತು ಭಕ್ತರಿಗೆ ಸಿಕ್ಕಂತಹ ಸಂಕೇತವನ್ನು ಅನುಕರಣೆ ಮಾಡಿ ಕಲಿಯುಗದ ಆಯುಷ್ಯವಿನ ಅಂತ್ಯ ಮತ್ತು ಭಗವಾನ ಕಲ್ಕಿಯ ಅವತಾರದ ಬಗ್ಗೆ ಸಂಪೂರ್ಣವಾಗಿ ತಿಳಿದು ಬರುವುದು । ಈ ಎಲ್ಲ ಸಾರವೂ ಕೆಳಗೆ ಕೊಟ್ಟಿರುವ ಶ್ಲೋಕಗಳಿಂದ ನಾವು ತಿಳಿದುಕೊಳ್ಳಬಹುದು

"ದಿವ್ಯ ಸಿಂಹ ಅಂಕೆ ಬಾಬು ಸರಬ ದೇಖಿಬು
ಚೌಡಿ ಚಕಾ ಗಲು ಬೋಲೀ ನಿಶ್ಚಯ ಜಾಣಿಬು
ನರ ಬಾಲುತ ರೂಪವೇ ಜನಮೀಬು"
(ಗುಪ್ತ ಜ್ಞಾನ - ಅಚ್ಯುತಾನಂದ ದಾಸ)

ಮಹಾತ್ಮಾ ಅಚ್ಯುತಾನಂದರು ಮೇಲಿನ ಶ್ಲೋಕದಲ್ಲಿ ಮಹಾಪ್ರಭು ಜಗನ್ನಾಥರ ಪ್ರಥಮ ಸೇವಕ ಮತ್ತು ಸನಾತನ ಧರ್ಮದ ಠಾಕೂರ ರಾಜಾ (ನಾಲ್ಕನೇ ದಿವ್ಯ ಸಿಂಹದೇವ) ರ ಬಗ್ಗೆ ವರ್ಣನೆಯನ್ನು ಮಾಡಿದ್ದಾರೆ । ಜಗನ್ನಾಥ ಕ್ಷೇತ್ರದಲ್ಲಿ ರಾಜಾ ಇಂದ್ರದ್ಯುಮ್ನರ ಪರಂಪರೆಯ ಅನುಸಾರವಾಗಿ ಬೇರೆ ಬೇರೆ ಸಮಯದಲ್ಲಿ ವಿಭಿನ್ನ ರಾಜರುಗಳ ಉಸ್ತುವಾರಿಗಳಾಗಿದ್ದರು । ಯಾವ ನಾಲ್ಕನೇ ದಿವ್ಯ ಸಿಂಹ ದೇವ ಮೇಲಿನ ವರ್ಣಿತ ರಾಜ್ಯದ ರಾಜ್ಯ ಕಾರುಬಾರ ನಡೆಸುವಾಗ ಕಲಿಯುಗಕ್ಕೆ 5000 ವರ್ಷ ಆಯುಷ್ಯ ಕಳೆದು ಹೋಗಿರುತ್ತದೆ । ಇದರಿಂದ ಮಹಾಪುರುಷ ಅಚ್ಯುತಾನಂದರು ಎರಡು ವಿಷಯಗಳನ್ನು ಸಾಬೀತು ಮಾಡಿದ್ದಾರೆ ।

ಮೊದಲನೇಯದಾಗಿ ನಾಲ್ಕನೆ ದಿವ್ಯ ಸಿಂಹ ದೇವ ರಾಜನಾಗಿ ರಾಜಕಾರುಬಾರು ನಡೆಸುವನು, ಎರಡನೇಯದಾಗಿ 5000 ವರ್ಷ ಕಲಿಯುಗವು ಕಳೆದಿರುತ್ತದೆ. ಮತ್ತು ಈಗ ಕಲಿಯುಗಕ್ಕೆ 5125 ವರ್ಷ ನಡೆಯುತ್ತಿದೆ.

ಮಹಾತ್ಮ ಅಚ್ಯುತಾನಂದರು ಮಾಲಿಕಾದಲ್ಲಿ ಅದರ ಸತ್ಯತೆಯನ್ನು ಪ್ರಕಟಿಸಿದ್ದಾರೆ ಮತ್ತು ವರ್ಣನೆಯನ್ನು ಮಾಡಿದ್ದಾರೆ. ಯಾವಾಗ ನಾಲ್ಕನೇ ದಿವ್ಯ ಸಿಂಹ ದೇವ ಅಧಿಕಾರದಲ್ಲಿರುತ್ತಾರೋ (ಈಗ ಅಧಿಕಾರದಲ್ಲಿದ್ದಾರೆ) ಅದೇ ಕಲಿಯುಗದ ಅಂತ್ಯದ ಪ್ರಮಾಣವಾಗಿದೆ. ಮತ್ತೆ ಮಹಾಪುರುಷ ಅಚ್ಯುತಾನಂದರು ಮೇಲ್ಕಂಡ ಸಾಲಿನಲ್ಲಿ ತಿಳಿಸಿರುವ ಪ್ರಕಾರ ಯಾವಾಗ ರಾಜಾ ನಾಲ್ಕನೆ ದಿವ್ಯ ಸಿಂಹ ದೇವ ಶ್ರೀ ಕ್ಷೇತ್ರದಲ್ಲಿ ಆಡಳಿತ ನಡೆಸುವನೋ ಆಗ ಭಗವಾನ ಜಗನ್ನಾಥ ಕಲ್ಕಿ ಅವತಾರ ತಾಳುವನು ಮತ್ತು ಭಗವಾನ ಜಗನ್ನಾಥ ಮಾನವ ಶರೀರ ಧಾರಣೆ ಮಾಡಿ ಸಾಕಾರ ರೂಪದಲ್ಲಿ ಜನ್ಮ ತಾಳುವನು ಮತ್ತು ಧರ್ಮ ಸಂಸ್ಥಾಪನಾ ಕಾರ್ಯವನ್ನು ಮಾಡುವನು.

2) ಮಹಾಪುರುಷ ಅಚ್ಯುತಾನಂದರು ಸ್ಪಷ್ಟವಾಗಿ ವರ್ಣಿಸಿದ್ದಾರೆ ನಾಲ್ಕನೆ ದಿವ್ಯ ಸಿಂಹ ದೇವನ ಸಮಯದಲ್ಲಿ ಕಲಿಯುಗ ಪೂರ್ಣಗೊಳ್ಳುವದು ಮತ್ತು ಭಗವಾನ ಜಗನ್ನಾಥರು ಒಬ್ಬ ಬಾಲಕನ ರೂಪದಲ್ಲಿ ಕಲ್ಕಿಯಾಗಿ ಜನ್ಮ ತಾಳುವನು. ಮಹಾಪುರುಷ ಅಚ್ಯುತಾನಂದರು ತಮ್ಮ "ಅಷ್ಟಗುಜರಿ" ಯಲ್ಲಿ ವಿವರಿಸಿದ್ದಾರೆ.

"ಪೂರ್ವ ಭಾನು ಅಭಾ ಪಶ್ಚಿಮೇ ಜಿಬ
ಅಚ್ಯುತ ವಚನ ಆನ ನೋಹಿಬ I
ಪರ್ವತ ಶಿಖರೆ ಫುಟಿಬ ಕಂಯಿಂ
ಅಚ್ಯುತ ವಚನ ಮಿಥ್ಯಾ ನ್ಯೂಹಯಿ I
ಝೂಲ ಶೂನ್ಯಕು ಮು ಕರಿಣ ಆಸ
ಠಿಕೆ ಭಣಿಲೆ ಶ್ರೀ ಅಚ್ಯುತ ದಾಸ"

ವಿವರಣೆ :

ಮಹಾಪುರುಷ ಅಚ್ಯುತಾನಂದ ದಾಸರು ಭವಿಷ್ಯ ಮಾಲಿಕೆಯ ಪಾವಿತ್ರತೆಯ ಮತ್ತು ಸತ್ಯವನ್ನು ವಜ್ರ ಧ್ವನಿಯಿಂದ ಘೋಷಣೆಯನ್ನು ಮಾಡುತ್ತಾರೆ. ಯಾಕೆಂದರೆ ಭಕ್ತರ ಮನಸ್ಸಿನಲ್ಲಿ ಭಕ್ತಿ ಮತ್ತು ವಿಶ್ವಾಸ ಜೀವಿತ ಇಡುತ್ತಾ ಹೇಳುವದೇನೆಂದರೆ ಪಶ್ಚಿಮ ದಿಕ್ಕಿನಲ್ಲಿ ಸೂರ್ಯೋದಯವಾಗುತ್ತದೆ ಮತ್ತು ಪರ್ವತದ ಶಿಖರದಲ್ಲಿ ಕಮಲದ ಹೂ ಅರಳುತ್ತದೆ. ಆದರೆ ಅವರಿಂದ ಬರೆಯಲ್ಪಟ್ಟ ವಾಣಿ (ಮಾತು) ಅಥವಾ ವಚನ ಎಂದೆಂದಿಗೂ ಸುಳ್ಳಾಗಲಾರದು.

"ದಿವ್ಯ ಕೇಸರಿ ರಾಜಾ ಹೋಇಬ
ತೆಬೆ ಕಲಿಯುಗ ಸರಿಬ
ಚತುರ್ಥ ದಿವ್ಯಸಿಂಹ ಥಿಬ
ಸೆ ಕಾಲೆ ಕಲಿಯುಗ ಥಿಬ"

ವಿವರಣೆ :

ಮಹಾಪುರುಷ ಅಚ್ಯುತಾನಂದ ದಾಸರು ಮೇಲ್ಕಾಣಿಸಿದ ಶ್ಲೋಕದಲ್ಲಿ ವಿವರಿಸಿದಂತೆ ಯಾವ ಸಮಯದಲ್ಲಿ ಶ್ರೀ ಕ್ಷೇತ್ರದಲ್ಲಿ ನಾಲ್ಕನೆ ದಿವ್ಯ ಸಿಂಹ ದೇವ ಆಳ್ವಿಕೆ ನಡೆಸುತ್ತಿರುವಾಗ ಕಲಿಯುಗವು ಕೊನೆಗೊಂಡು ಸತ್ಯಯುಗದ ಪ್ರಾರಂಭವಾಗುತ್ತದೆ. ಆದರೆ ಸತ್ಯಯುಗದ ಪ್ರಭಾವ ಎಲ್ಲಿಯೂ ಗೋಚರಿಸುವದಿಲ್ಲ. ಮತ್ತೊಮ್ಮೆ ಮಹಾತ್ಮ ಅಚ್ಯುತಾನಂದರು ವಜ್ರ ಕಂಠದಿಂದ ಸಮರ್ಥನೆ ಮಾಡುತ್ತಾ ಮತ್ತು ಮಹಾನ ಜಗನ್ನಾಥ ದಾಸರ ಯಾವ ಮಾತಾ ರಾಧಾ-ರಾಣಿಯ ನಗುವಿನಿಂದ ಜನ್ಮವಾಗಿತ್ತು (ಅವರ ಮತ್ತೊಬ್ಬ ಪಂಚಸಖಾರು ತಮ್ಮ ವಜ್ರಕಂಠದಿಂದ ಘೋಷಣೆಯನ್ನು ಮಾಡಿದ್ದಾರೆ.)

"ಪುರುಷೋತ್ತಮ ದೇವ ರಾಜಾಂಕ ಠಾರು,
ಉನಬೀಶ್ಯ ರಾಜಾ ಹೆಬೆ ಸೆ ಠಾರು,
ಉನಬೀಶ್ಯ ರಾಜಾ ಪರೆ ರಾಜಾ ನಾಹೀ ಆವು
ಅಕುಲಿ ಹೋಇಬೆ ಕುಲಕು ಝೋಹು" ।

ಮೇಲ್ಕಾಣಿಸಿದ ಶ್ಲೋಕದನ್ವಯ ಮಹಾಪುರುಷ ಶ್ರೀ ಜಗನ್ನಾಥ ದಾಸರು ಬರೆದಿರುವಂತಹ ಜಗನ್ನಾಥ ಕ್ಷೇತ್ರದ ಮೊದಲನೇಯ ರಾಜಾ ಶ್ರೀ ಪುರುಷೋತ್ತಮದೇವ ಆಗುವರು । ಎಲ್ಲಕ್ಕಿಂತ ಮೊದಲು ರಾಜಾ ಶ್ರೀ ಪುರುಷೋತ್ತಮದೇವ ಸೇರಿದಂತೆ ಒಟ್ಟು ೧೯ ರಾಜರುಗಳು ದೇವಸ್ಥಾನ ಆಡಳಿತ ಜವಾಬ್ದಾರಿಯನ್ನು ವಹಿಸಿಕೊಳ್ಳುವರು । ಪ್ರಸ್ತುತ ಮಾಲಿಕೆಯಲ್ಲಿ ವರ್ಣಿಸಿದಂತೆ ಸತ್ಯವಾಗಿದೆ ಮತ್ತು ೧೯ನೇಯ ರಾಜನಾಗಿ ನಾಲ್ಕನೇಯ ಶ್ರೀ ದಿವ್ಯ ಸಿಂಹದೇವ ಜವಾಬ್ದಾರಿಯನ್ನು ನಿರ್ವಹಿಸುತ್ತಿದ್ದಾರೆ । ಜೊತೆಗೆ ಮಹಾಪುರುಷ ಜಗನ್ನಾಥ ದಾಸರು ಈ ರೀತಿಯಾಗಿ ವಿವರಿಸಿರುವಂತೆ ೧೯ನೇಯ ನಾಲ್ಕನೆ ರಾಜಾ ದಿವ್ಯ ಸಿಂಹದೇವರಿಗೆ ಯಾವ ಗಂಡು ಮಕ್ಕಳು ಜನಿಸಿರುವದಿಲ್ಲ ಮಾಲಿಕೆಯಲ್ಲಿ ಬರೆದಿರುವಂತಹ ವಾಣಿಯ ಸತ್ಯವೆಂದು ಇವತ್ತು ಪ್ರಭುವಿನ ಭಕ್ತ ಜನರು ಮಾನ್ಯ ಮಾಡುತ್ತಿದ್ದಾರೆ ।

೬೦೦ ವರ್ಷಗಳ ಹಿಂದೇ ಮಹಾಪುರುಷರು ಬರೆದಿರುವದೆಲ್ಲವು ಇವತ್ತು ವಾಸ್ತವಾಗಿ ನಡೆಯುತ್ತಿದೆ । ಆದರಿಂದ ಕಲಿಯುಗವು ಈಗ ಕೊನೆಗೊಂಡಿದೆ ಮತ್ತು ಧರ್ಮ ಸಂಸ್ಥಾಪನಾ ಕಾರ್ಯವೂ ನಡೆಯುತ್ತಿದೆ.

ಮಹಾಪುರುಷ ಅಚ್ಯುತಾನಂದರು "ಭವಿಷ್ಯ ಮಾಲಿಕೆ" ಗ್ರಂಥದಲ್ಲಿ ರಚನೆ ಮಾಡಿದ್ದಾರೆ

"ಚುಲುರು ಪಥರ ಚಿಬಿ ಐಸೀಬ ಸುತ,
ಐಸೀಲೆ ಅಂಲಾ ಬೇಡಾ ರು ಹೆಬ ಎ ಕಲಿ ಹತ ।"

ಮತ್ತೆ ಜಗನ್ನಾಥ ಕ್ಷೇತ್ರದ ಮೇಲೆ ಧ್ಯಾನ ಕೇಂದ್ರಿಕರಿಸಿ ಭವಿಷ್ಯ ಮಾಲಿಕಾ ಗ್ರಂಥದಲ್ಲಿ ಮಹಾಪುರು ಅಚ್ಯುತಾನಂದ ದಾಸರು ಭಕ್ತರಿಗೆ ಮುನ್ಸೆಚ್ಚರಿಕೆ ನೀಡುವ ಉದ್ದೇಶದಿಂದ ಮಾಲಿಕೆಯನ್ನು ರಚಿಸಿದ್ದಾರೆ । ಯಾವಾಗ ಶ್ರೀ ಜಗನ್ನಾಥ ಧಾಮದ ಮುಖ್ಯ ಮಂದಿರದ ಮೇಲಿಂದ ಕಲ್ಲು ಕೆಳಗೆ ಬೀಳುತ್ತದೆ ಆಗ ನಾವು ತಿಳಿದುಕೊಳ್ಳಬೇಕಾದ ಅಂಶವೇನೆಂದರೆ ಕಲಿಯುಗವು ಅಂತ್ಯವಾಗಿದೆ ಎಂದು ಮತ್ತು ಮಹಾಪುರುಷರ ವಾಣೆಯು ಸತ್ಯ ಸಾಬೀತುವಾಗಿದೆ ಎಂದು ತಿಳಿದುಕೊಳ್ಳಬೇಕು ।

ಕಳೆದ ಕೆಲವು ಸಮಯದ ಹಿಂದೆ ದಿನಾಂಕ : 16-06-1990 ರಂದು ಶ್ರೀ ಮಂದಿರದ ಶಿಖರದಿಂದ (ಆಮಲಾ ಬೇಡಾ) ಒಂದು ದೊಡ್ಡದಾದ ಕಲ್ಲು ಬಿದ್ದಿದೆ ಅದನ್ನು ತನಿಖೆ ಮಾಡಲು ಕೇಂದ್ರ ಸರ್ಕಾರದ ಇಲಾಖೆಯಿಂದ ಸಮಿತಿಯನ್ನು ರಚಿಸಲಾಗಿತ್ತು ಆದರೂ ವಿಜ್ಞಾನಿಗಳಿಗೆ ಇಲ್ಲಿಯವರೆಗೆ ಅದನ್ನು ಕಂಡು ಹಿಡಿಯಲು ಸಾಧ್ಯವಾಗಲಿಲ್ಲ. ಇಷ್ಟು ದೊಡ್ಡ ಕಲ್ಲು (1 ಟನ್‌ಗಿಂತಲ್ಲೂ ಹೆಚ್ಚು) ಇದು ಎಲ್ಲಿಂದ ಬಂತು ಮತ್ತು ಅದು ಹೇಗೆ ಬಿದ್ದಿತ್ತು ? ಇದು ವಿಜ್ಞಾನಿಗಳಿಗೆ ಆಶ್ಚರ್ಯದ ಘಟನೆಯಾಗಿದೆ । ಎಲ್ಲ ಮಹಾತ್ಮರ ಮತ್ತು ಋಷಿಗಳ ಶಬ್ದವು (ವಾಣಿ) ನಿಜವೆಂದು ಸಾಬೀತಾಗಿದೆ ಮತ್ತು ಭಕ್ತ ಜನರಿಗೆ ಸೂಚನೆ ಕೊಡುವುದಕೊಸ್ಕರ ಮೇಲ ಭಾವಣೆಯಿಂದ (ಆಮಲಾ ಬೇಡಾ) ಕಲ್ಲು ಬಿದ್ದು ಕಲಿಯುಗ ಅಂತ್ಯದ ಪ್ರಮಾಣ ಸಿಕ್ಕಿದೆ ।

3) ಮಹಾಪುರುಷ ಅಚ್ಯುತಾನಂದರು ಅವರ ಭವಿಷ್ಯ ಮಾಲಿಕಾ ಗ್ರಂಥ "ಗರುಡ ಸಂವಾದ" ದಲ್ಲಿ ಉಲ್ಲೇಖಿಸಿರುವಂತೆ ಒಂದು ದಿನ ಭಗವಾನರ ಪ್ರಮುಖ ಭಕ್ತ ವಿನತಾನಂದನ ಗರುಡರು ಮಹಾಪ್ರಭುವಿಗೆ ಕೇಳಿದರು । "ಭಗವಾನ ತಾವು ನಾಲ್ಕು ಯುಗಗಳಲ್ಲಿ ಅವತರಿಸಿದ್ದೀರಿ ಮತ್ತು ಕಲಿಯುಗದ ಅಂತ್ಯದಲ್ಲಿ ಕಲ್ಕಿಯಾಗಿ ಅವತರಿಸುವಿರಿ ಯಾವ ನಾಲ್ಕು ಯುಗದ ಭಕ್ತರು ಮತ್ತು ಭಗವಂತನ ನಡುವೆ ಮಿಲನ ವಾಗುತ್ತದೆ"

ಆಗ ತಾವು ನೀಲಾಂಚಲವನ್ನು ತೊರೆದು ದಾರು ಬ್ರಹ್ಮದಲ್ಲಿ ಸಾಕಾರ ಬ್ರಹ್ಮರಾಗುವಿರಿ ಆಗ ಭಕ್ತರಿಗೆ ನಶ್ವರ, ವೈಕುಂಠದಿಂದ ಯಾವ ಚಿಹ್ನೆಗಳು ನೋಡ ಸಿಗುತ್ತವೆ ಇದರಿಂದ ಭಕ್ತರಿಗೆ ವಿಶ್ವಾಸ ಉಂಟಾಗುವುದು । ತಮ್ಮ ಕಲ್ಕಿ ಅವತಾರದ ಸಮಯ ಹತ್ತಿರ ಬಂದಿದೆ ಅಂತಾ ತಿಳಿದುಬರುವುದು ಮತ್ತು ಭಕ್ತರು ಮಾಲಿಕೆಯನ್ನು

ಅನುಸರಣೆ ಮಾಡಿ ಮತ್ತು ತಮ್ಮ ಆಶೀರ್ವಾದ ಪಡೆದುಕೊಳ್ಳುವರು ಮಹಾಪುರುಷ ಅಚ್ಯುತಾನಂದರು ಭವಿಷ್ಯ ಮಾಲಿಕಾದಲ್ಲಿ ವರ್ಣಿಸಿದ್ದಾರೆ ।

"ಬಡ ದೇವುಲ ಕು ಆಪಣ ಚಿಬಿ ತೆಜ್ಞ್ಯ ಕರಿಬಿ,
ಕಿ ಕಿ ಸಂಕೇತ ದೇಖಿಲೆ ಮನೆ ಪ್ರತ್ಯೆ ಹೋಯಿಬಿ ।"
ಮೇಲ್ಕಾಣಿಸಿದ ಶ್ಲೋಕದ ಅರ್ಥವೇನೆಂದರೆ ಯಾವಾಗ ಭಗವಂತ ನೀಲಾಂಚಲ ತ್ಯಜಿಸುವರೋ ಆಗ ಭಕ್ತರಿಗೆ ಒಂದು ಸಂಕೇತ ಸಿಗುವುದು ಅದನ್ನು ನೋಡಿ ಭಕ್ತರಿಗೆ ವಿಶ್ವಾಸವಾಗುವುದು ಅಂತಾ ಶ್ರೀ ಕೃಷ್ಣರೆ ಹೇಳುತ್ತಾರೆ ।

"ಗರುಡ ಮುಖಕು ಬ್ಯಾಹೀಣ ಕಹುಚಂತಿ ಅಚ್ಯುತ
ಕ್ಷೇತ್ರರೇ ರಹೀಬಿ ಅನಂತ ಚಿಮಲಾ ಲೋಕನಾಥ"
ಈ ಶ್ಲೋಕದ ಸಾಲುಗಳಲ್ಲಿ ಭಗವಂತನು ಗರುಡನಿಗೆ ಹೇಳುತ್ತಾರೆ, ಯಾವಾಗ ನಾನು ನೀಲಾಂಚಲ ತೊರೆಯುತ್ತೇನೋ ಆಗ ನನ್ನ ದೊಡ್ಡ ಅಣ್ಣ ಬಲರಾಮ ನೀಲಾಂಚಲ ಕ್ಷೇತ್ರದ ಜವಾಬ್ದಾರಿಯನ್ನು ತೆಗೆದುಕೊಳ್ಳುತ್ತಾರೆ । ಮತ್ತು ನೀಲಾಂಚಲ ಕ್ಷೇತ್ರದ ಕ್ಷೇತ್ರಾಧಿಶ್ವರರಾಗುವರು । ಶಕ್ತಿ ಸ್ವರೂಪಿಣಿ ಮಾತಾ ವಿಮಲಾ ಮತ್ತು ಲೋಕನಾಥ ಮಹಾಪ್ರಭುವು ಆ ಸಮಯದಲ್ಲಿ ಶ್ರೀ ಕ್ಷೇತ್ರದಲ್ಲಿರುವರು । ಆಗ ನಾನು (ಜಗನ್ನಾಥ) ಮಾನವ ಶರೀರ ತೆಗೆದುಕೊಂಡು ಜನಿಸುತ್ತೇನೆ ।

ಮತ್ತೆ ಆಗ ಗರುಡನು ಕೇಳಿದನು ಮೊದಲನೆ ಸಂಕೇತ ಏನಾಗುವದು ಭಕ್ತರು ಮಾಲಿಕಾವನ್ನು ಓದಿ ತಿಳಿದುಕೊಳ್ಳುವರು ತಾವು ನೀಲಾಂಚಲವನ್ನು ತೊರೆದಿರುವಿರೆಂದು ? ಮತ್ತೆ ಅಚ್ಯುತಾನಂದರು ಹೀಗೆ ವಿವರಿಸಿದ್ದಾರೆ -

"ದೇವುಲ ರು ಚುನ ಭಾಡಿಬ, ಚಕ್ರ ಬಕ್ರ ಹೋಯಿಬ ।
ಮಾಹಾಟೀಯಾ ಹೋಹಿ ಭಾರತ ಅಂಕ ಕಟಾವು ಥೀಬ"
ಮೇಲ್ಕಾಣಿಸಿದ ಶ್ಲೋಕದಲ್ಲಿ ವಿವರಿಸಿರುವಂತೆ ಯಾವ ಸಮಯದಲ್ಲಿ ಪ್ರಭು ಶ್ರೀ ಜಗನ್ನಾಥರ ಮುಖ್ಯ ಮಂದಿರದ ಸುಣ್ಣಿನ ಲೇಪನದಿಂದ ಸ್ವಲ್ಪ ಸುಣ್ಣಿನ ಲೇಪನ ಹೊರಬರುತ್ತೆ ಆಗ ಶ್ರೀ ಜಗನ್ನಾಥ ಶೀಖರದಲ್ಲಿರುವ ನೀಲಚಕ್ರವು ಸ್ವಲ್ಪ ವಕ್ರವಾಗುವುದು ಮತ್ತು ಆ ಸಮಯದಲ್ಲಿ ಭಾರತದ ಆರ್ಥಿಕ ಸ್ಥಿತಿಯು ಉತ್ತಮವಾಗಿರುವದಿಲ್ಲ ।

ಮೇಲ್ಕಾಣಿಸಿದ (ಪಂಕ್ತಿ)ಯಲ್ಲಿ ನಮಗೆ ತಿಳಿದು ಬರುವದೇನೆಂದರೆ ಯಾವಾಗ ಜಗನ್ನಾಥ ಮಂದಿರದಿಂದ ಸುಣ್ಣಿನ ಲೇಪನವು ಕಳಚಿ ಬಿದ್ದಾಗ ಅಂದಿನ ಪ್ರಧಾನಮಂತ್ರಿ ಡಾ॥ ಚಂದ್ರಶೇಖರರಾಗಿದ್ದರು ಅವರು 3000 ಟನ್ ಚಿನ್ನವನ್ನು ಒತ್ತೆ ಇಟ್ಟು ದೇಶದ ಆರ್ಥಿಕ ಕೊರತೆಯನ್ನು ನಿವಾರಿಸಿದ್ದರು । ಅದಾದ ನಂತರ ಭಾರತ ದೇಶದ ಆರ್ಥಿಕ ಸ್ಥಿತಿಯನ್ನು ಸುಧಾರಿಸಿದರು । ಒಳ್ಳೆಯ ಆರ್ಥಿಕ ವ್ಯವಸ್ಥೆಯ ಉದಾರಿಕರಣ ನೀತಿಯನ್ನು

ಅಳವಡಿಸಿಕೊಂಡು ಪರಿಸ್ಥಿತಿಯನ್ನು ಸುಧಾರಿಸಿದರು । ಮಾಳಿಕೆಯಲ್ಲಿ ಮೇಲ್ಕಾಣಿಸಿದ ಸಾಲಿನಿಂದ ಇದು ಸಿದ್ಧವಾಗುತ್ತದೆ । ಮಹಾಪುರುಷ ಅಚ್ಯುತಾನಂದರು ಇವತ್ತಿಗೆ ೬೦೦ ವರ್ಷಗಳ ಮೊದಲೆ ಏನು ಹೇಳಿದ್ದರೋ ಯಾವ ಸಮಯದಲ್ಲಿ ಜಗನ್ನಾಥ ದೇವಸ್ಥಾನದಿಂದ ಸುಣ್ಣವು ಉದರುತ್ತೋ (ಕಳಚುತ್ತೋ) ಆಗ ಭಾರತದ ಆರ್ಥಿಕ ಸ್ಥಿತಿಯು ಉತ್ತಮವಾಗಿರುವದಿಲ್ಲ । ಅದು ಈಗ ಸಿದ್ಧವಾಗಿದೆ । ಮಹಾಪ್ರಭು ಶ್ರೀ ಕೃಷ್ಣರು ಎರಡನೇಯ ಸಂಕೇತದ ಬಗ್ಗೆ ಹೇಳುತ್ತಾರೆ -

<blockquote>"ಖಡ ದೇವುಲ ರೂ ಪಥರ ಚಿಬಿ ಖಸಿಬ ಪುಣ,
ಗುದ್ರ ಪಕ್ಷಿ ಜೆ ಬಸಿಬ ಅರುಣರ ಸ್ತಂಭೀಣ ।"</blockquote>

ಈ ಶ್ಲೋಕದ ಭಾವಾರ್ಥ ಈ ರೀತಿಯಾಗಿದೆ ಯಾವ ಸಮಯದಲ್ಲಿ ಆಮಲಾ ಬೇಡಾ (ಶಿಖರದಿಂದ) ಕಲ್ಲು ಚಿಲುತ್ತದೆಯೋ ಆಗ ಸೂರ್ಯ ಪುತ್ರ ಅರುಣ (ಅರುಣ ಸ್ತಂಭ) ಸ್ತಂಭದ ಮೇಲೆ ಗರುಡ ಪಕ್ಷಿ ಅಥವಾ ರಣಹದ್ದು ಕುಳಿತುಕೊಳ್ಳತ್ತದೆ । ಇದರಿಂದ ನಾವು ಈ ಅನುಮಾನ ಮಾಡಬಹುದು ಯಾವ ಸಮಯದಲ್ಲಿ ಆಮಲಾ ಬೇಡಾ ಮೇಟಿನಿಂದ ಕಲ್ಲುಬಿದ್ದಿದೆಯೋ ಆ ಸಮಯದಲ್ಲಿ ಅರುಣ ಸ್ತಂಭದ ಮೇಲೆ ರಣಹದ್ದು ಪಕ್ಷಿ ಕುಳಿತು ಕೊಂಡಿತ್ತು ।

4) ಈ ಮಾಳಿಕೆಯಲ್ಲಿ ವಿವರಿಸಿರುವಂತೆ ನಮ್ಮ ಶಾಸ್ತ್ರೀಯ ಪರಂಪರೆಯ ಅನುಸಾರ ಸಿದ್ಧವಾಗುತ್ತದೆ । ಯಾವುದೆ ಮನೆಯ ಮೇಲೆ ರಣಹದ್ದು ಕುಳಿತುಕೊಂಡರೆ ಆ ಮನೆಯಲ್ಲಿ ಇರುವ ಜನರ ಮೇಲೆ ವಿಪತ್ತಿನ ಸಂಕೇತವಾಗುತ್ತದೆಯೋ । ಅದೇ ರೀತಿ ಶ್ರೀ ಜಗನ್ನಾಥ ಮಂದಿರದ ಅರುಣ ಸ್ತಂಭದ ಮೇಲೆ ಕುಳಿತಿರುವಂತಹ ರಣಹದ್ದು ಪಕ್ಷಿಯು ಕಾಣಿಸಿರುವುದು ವಿಶ್ವ ಮಾನವ ಸಮಾಜಕ್ಕೆ ದೊಡ್ಡ ವಿಪತ್ತಿನ ಸಂಕೇತವಾಗಿದೆ । ಇದರ ಅರ್ಥ ಏನೆಂದರೆ ಕಲಿಯುಗದ ಅಂತ್ಯ ಮತ್ತು ಧರ್ಮದ ಸ್ಥಾಪನೆಯ ಮೊದಲನೆಯ ಸಂಕೇತವೆಂದು ಪರಿಗಣಿಸಲಾಗಿದೆ । ಮತ್ತೆ ಮಹಾಪುರುಷ ಅಚ್ಯುತಾನಂದರು ಭಕ್ತ ಶಿರೋಮಣಿ ಗರುಡನಿಗೆ ಧೈರ್ಯ ಹೇಳಿದರು ।

<blockquote>"ಏಹೀ ಸಂಕೇತ ಕು ಜಾನಿಥಾ ಹೆತು ಮನಿ ಕೀ ನೆಉ,
ತೋರ ಮೋರ ಭೇಟ ಹೋಇಬ ಮಧ್ಯ ಸ್ಥಲ ರೆ ಜಾಉ ॥"</blockquote>

ಮೇಲ್ಕಾಣಿಸಿದ ಶ್ಲೋಕದ ಅರ್ಥ ಈ ರೀತಿಯಾಗಿದೆ -

ಗರುಡ ಕೇಳುತ್ತಾನೆ - "ಭಗವಾನ ತಾವು ಯಾವಾಗ ಕಳ್ಳಿಯ ರೂಪದಲ್ಲಿ ಭೂಮಿಯ ಮೇಲೆ ಜನಿಸುವಿರೋ ಆಗ ನಾನು ತಮಗೆ ಎಲ್ಲಿ ಭೇಟಿಯಾಗುತ್ತೇನೆ ? ಮತ್ತು ಹೇಗೆ ತಮ್ಮ ದರ್ಶನ ಮಾಡುವೇನು, ಮತ್ತು ನಾನು ತಮ್ಮ ಸೇವೆಯಲ್ಲಿ ಹೇಗೆ ತೊಡಗಿಸಿಕೊಳ್ಳುವೆನು ?"

ಮಹಾಪ್ರಭು ಉತ್ತರಿಸುತ್ತಾ - "ಓ ಗರುಡನೇ, ನಾನು ನಿನಗೆ ಎಲ್ಲಿ ಭಗವಾನ ಬ್ರಹ್ಮನ ಸ್ತಂಭವಿದೆ ಮತ್ತು ಅದನ್ನು ಪೃಥ್ವಿಯ ಸೂರ್ಯ ಸ್ತಂಭವೆಂದು ಪರಿಗಣಿಸಲಾಗಿದೆಯೋ ಆ ಸ್ಥಳವನ್ನು ಬಿರಜಾ ಕ್ಷೇತ್ರ ಅಥವಾ ಗುಪ್ತ ಸಂಬಲವೆಂದು ಕರೆಯುತ್ತಾರೆ" । ಇದನ್ನು ಕೇಂದ್ರವೆಂದು ಕರೆಯಲಾಗುತ್ತದೆ   । ಮಹಾಪುರುಷ ಅಚ್ಯುತಾನಂದರು ಹರಿ ಅರ್ಜುನ (34) ಚೌತಿಸಾದಲ್ಲಿ ಕಲಿಯುಗದ ಅಂತ್ಯ ಮತ್ತು ಭಗವಾನ ಕಲ್ಕಿಯ ಜನನದ ಬಗ್ಗೆ ಶ್ರೀ ಮಂದಿರದಲ್ಲಿ ಕಂಡು ಬರುವ ಇತರ ಸಂಕೇತಗಳ ಬಗ್ಗೆ ಉಲ್ಲೇಖಿಸಿದ್ದಾರೆ ।

"ನೀಲಾಚಲ ಭಾಡಿ ಆಂಭಿ ಚಿಖು ಚಿತೆಬಿಲೆ
ಲಾಗಿಬ ರತ್ನ ಚಾಂದುಆ ಅಗ್ನಿ ಸೆತೆ ಬಿಲೆ
ನಿಶಾ ಕಾಲೆ ಮಂದಿರರು ಜೋರಿ ಹೆಬ ಹೆಲೆ,
ಬಡ ದೇವುಲು ಮೋಹರ ಖಸಿಬ ಪಥ್ಥರ,
ಖಸಿಬ ಚಿ ಗೃಧ ಪಕ್ಷಿ ಅರುಣ ಸ್ತಂಭರ ।
ಖತಾಸ ರೆ ಖಕ್ರ ಹೆಬ ನೀಲಚಕ್ರ ಮೋರ ।"

ಮೇಲಿನ ಸ್ತೋತ್ರದ ಭಾವಾರ್ಥವೇನೆಂದರೆ - ಮಹಾಪುರುಷ ಅಚ್ಯುತಾನಂದರು ಸ್ಪಷ್ಟ ಪಡಿಸಿರುವಂತೆ ಭಗವಾನ ಈ ರೀತಿಯಾಗಿ ಹೇಳುವದೇನೆಂದರೆ ಒಂದು ವೇಳೆ ನಾನು ನೀಲಾಂಚಲ ಬಿಟ್ಟು ಹೊರಡುವಾಗ ನನ್ನ ರತ್ನಖಚಿತ ಸಿಂಹಾಸನದ ಮೇಲಿರುವ ರತ್ನಖಚಿತ ಮೇಲಾವರಣ ಛತ್ರದಲ್ಲಿ ಮೊದಲು ಬೆಂಕಿ ಹತ್ತುವದು ಮತ್ತು ನನ್ನ ಶ್ರೀ ಮಂದಿರದಲ್ಲಿ ಮದ್ಯರಾತ್ರಿ ಕಳ್ಳತನವಾಗುವುದು । ಬಲಶಾಲಿಗಳು ಮಂದಿರದ ಮೇಲೆ ಕಲ್ಲು ತೂರುವರು । ನೀಲಚಕ್ರವು ಚಂಡಮಾರುತದ ಕಾರಣದಿಂದ ಬಾಗಿ ಬಿಡುತ್ತದೆ । ರಣಹದ್ದು ಪಕ್ಷಿಯು ನನ್ನ ಅರುಣ ಸ್ತಂಭದ ಮೇಲೆ ಕುಳಿತು ಕೊಳ್ಳುತ್ತದೆ । ಈ ಎಲ್ಲ ಸಂಗತಿಗಳು ಶ್ರೀ ಮಂದಿರದ ಶ್ರೀ ಜಗನ್ನಾಥ ಕ್ಷೇತ್ರದಲ್ಲಿ ನಡೆದಿರುತ್ತವೆ । ಮತ್ತು ಭವಿಷ್ಯ ಮಾಲಿಕೆಯ ಪ್ರಕಾರ ಸಂಪೂರ್ಣವಾಗಿ ನಿಜವಾಗಿದೆ । ಇದರಿಂದ ಕಲಿಯುಗ ಪತನದ ಮಾಹಿತಿಯು ಸಿಕ್ಕಂತಾಗಿದೆ ಮತ್ತು ಕಲಿಯುಗ ಗೀತೆಯ ಎರಡನೆ ಅಧ್ಯಾಯದಲ್ಲಿ ಮಹಾಪುರುಷ ಅಚ್ಯುತಾನಂದರು ಶ್ರೀ ಜಗನ್ನಾಥ ಕ್ಷೇತ್ರದಿಂದ ವಿಶೇಷ ಸೂಚನೆಯ ಬಗ್ಗೆ (ಚಿನ್ಹೆ) ಮಾಹಿತಿಯನ್ನು ಕೊಟ್ಟಿರುತ್ತಾರೆ ।

"ಮೂಹಿ ನೀಲಾಚಲ ಭಾಡಿ ಚಿಬ ಹೋ ಅರ್ಜುನ,
ಮೋಹರ ಭಂಡಾರ ಘರೆ ಥಿಬ ಚಿತೆ ಧನ ।
ತಾಂಹಿರೆ ಕಲಂಕಿ ಲಾಗಿ ಚೀಬ ಕ್ಷಯ ಹೋಇಬ

ಮೋಹರ ಸೇವಕ ಮಾನೆ ಬಾಟರೆ ನ ಥಾಯಿ"

ಮೇಲ್ಕಾಣಿಸಿದ ಶ್ಲೋಕದ ಭಾವಾರ್ಥ - ಅರ್ಜುನನು ಭಗವಾನ ಶ್ರೀ ಕೃಷ್ಣರನ್ನು ಪ್ರಶ್ನಿಸುತ್ತಾ "ಯಾವಾಗ ತಾವು ನೀಲಾಂಚಲವನ್ನು ತೊರೆದ ಮೇಲೆ ಶ್ರೀ ಕ್ಷೇತ್ರದಿಂದ ಯಾವ ಚಿನ್ನೆಗಳು ಕಾಣಿಸುತ್ತವೆ, ಕೃಪೆ ಮಾಡಿ ನನಗೆ ಇದರ ಬಗ್ಗೆ ತಿಳಿಸಿರಿ"।

ಭಗವಾನ ಶ್ರೀ ಕೃಷ್ಣರು ಉತ್ತರಿಸುತ್ತಾ - "ಅರ್ಜುನ ಯಾವ ಸಮಯದಲ್ಲಿ ನೀಲಾಂಚಲವನ್ನು ಬಿಡುತ್ತೇನೋ, ಆಗ ನನ್ನ ದೇವಸ್ಥಾನದಲ್ಲಿರುವ ನಿಧಿಯ ಖ್ಯಾತಿ ಇರುವದಿಲ್ಲ, ಇದರ ಅರ್ಥವೇನೆಂದರೆ ನಿಧಿ ಮನೆಯ ಸಂಪತ್ತು ಸ್ಪಷ್ಟವಾಗಿ ಕಳೆದು ಹೋಗುವುದು ಮತ್ತು ನಿಧಿಯ ಉಸ್ತುವಾರಿಯವರು ಧರ್ಮ ಆಚರಣೆಯನ್ನು ಮಾಡುವದಿಲ್ಲ । ನಿಧಿ ಮನೆಯು ಧನವಿಲ್ಲದೆ ಖಾಲಿಯಾಗುವುದು । ಹಾಗಂತ ಅಚ್ಯುತಾನಂದರು ಕಲಿಯುಗ ಗೀತಾದ ಎರಡನೇಯ ಅಧ್ಯಾಯದಲ್ಲಿ ವಿವರಿಸಿದ್ದಾರೆ"

"ಬಹುತ ಅನ್ಯಾಯ ಕರಿ ಅರಚಿಚ ಧನ,
ತಂಹಿರೆ ತಾಹಾಂಕ ದುಖ ನೋಹಿಬ ಮೋಚನ ।
ಖಾಯಿಬಾಕು ನಮಿಲಿಬ ಕಿಟ ನ ಅಂಟಿಬ,
ಮೋಹರ ಬಡಪಂಡಾಂಕು ಅನ್ನ ನ ಮಿಲಿಬ ।
ಮೋಹರ ಬದ ದೇವುಲ ಖಸಿಬ ಪತ್ಥರ,
ಶ್ರೀಕ್ಷೇತ್ರ ರಾಜನ ಮೋರ ನಸೆಚಿ ಪಯರ
ರಾಜ್ಯ ಚಿಬ ನಾನಾ ದುಖ ಪಾಯಿಬಾ ಈ ಸೆಯಿ,
ತಾಂಕು ಮಾನ್ಯ ನ ಕರಿಬ ಅನ್ಯ ರಾಹಾ ಕೆಹಿ"
ಈ ಶ್ಲೋಕದ ಭಾವಾರ್ಥ ಈ ಕೆಳಗಿನಂತಿರುತ್ತದೆ -
ಯಾವ ಸಮಯದಲ್ಲಿ ನಾನು ನೀಲಾಂಚಲ ತೊರೆಯುವೆನೋ ಆಗ ಕಲಿಯುಗ ಸಮಾಪ್ತಗೊಳ್ಳುವುದು । ನಾನು ಶ್ರೀ ಕ್ಷೇತ್ರವನ್ನು ತೊರೆದ ತಕ್ಷಣ ನನ್ನ ಕ್ಷೇತ್ರದಲ್ಲಿ ಬಹಳಷ್ಟು ಅನ್ಯಾಯಗಳು ನಡೆಯುವವು । ಮತ್ತು ನನ್ನ ಆಧೀನದಲ್ಲಿರುವ ಸೇವಾಧಿಕಾರಿಗಳು ವಿವಿಧ ರೀತಿಯ ಅನ್ಯಾಯಗಳನ್ನು ಮಾಡಿ ಹಣ ಸಂಪಾದನೆ ಮಾಡುವರು । ಮತ್ತು ಮುಂಬರುವ ದಿನಗಳಲ್ಲಿ ನನ್ನ ಪ್ರಧಾನ ಸೇವಕರು ಸರಿಯಾಗಿ ತಮ್ಮ ಜೀವನದ ಪಾಲನೆ-ಪೋಷಣೆಯು ಮಾಡಿಕೊಳ್ಳಲು ಸಾಧ್ಯವಾಗುವದಿಲ್ಲ । ಇಂತಹ ಅನೇಕ ಪ್ರಕಾರದ ಬದಲಾವಣೆಗಳು ಶ್ರೀ ಮಂದಿರದಲ್ಲಿ ಗೋಚರಿಸುವವು । ಮಹಾಪುರುಷ ಅಚ್ಯುತಾನಂದರು ತಮ್ಮ ಮಾಲಿಕಾದಲ್ಲಿ ಜಗನ್ನಾಥ ಕ್ಷೇತ್ರದಿಂದ ಇನ್ನೊಂದು ಸಂಕೇತದ ಉಲ್ಲೇಖವನ್ನು ಮಾಡಿದ್ದಾರೆ ।

"ಪೆಜನಲಾ ಘುಣೀ ತೋರ ಪಡಿಬ ಚಿಜುಲಿ,
ಸೆ ಜುಗೆ ಚಿಬ ಕೀ ಪ್ರಭೂ ನಿಲಾಂಚಲ ಭಾಡಿ ।"

ಈ ಮೇಲ್ಕಾಣಿಸಿದ ಶ್ಲೋಕದ ಭಾವಾರ್ಥ - ಯಾವಾಗ ಪ್ರಭು ಜಗನ್ನಾಥರ ಅಡುಗೆ ಮನೆಯಲ್ಲಿ (ಪ್ರಸಾದ ನಿಲಯ) ಸಿಡಿಲು ಬೀಳುತ್ತೋ ಆಗ ಕಲಿಯುಗ ಸಮಾಪ್ತವಾಗುತ್ತದೆ ಮತ್ತು ಶ್ರೀ ಜಗನ್ನಾಥ ಪ್ರಭು ನೀಲಾಂಚಲವನ್ನು ತೊರೆದು ಮಾನವ ರೂಪವನ್ನು ಧಾರಣೆ ಮಾಡುತ್ತಾರೆ। ಈ ಹಿಂದೆ ಜಗನ್ನಾಥ ಪ್ರಭುವಿನ ಪ್ರಸಾದ ನಿಲಯದ ಮೇಲೆ ಸಿಡಿಲು ಬಡೆದಿದ್ದು, ಇದಕ್ಕೆ ಸಾಕ್ಷಿಯೆಂಬಂತೆ ಈಗಾಗಲೆ ನೀಡಲಾಗಿದೆ। ಇದರಿಂದ ಸಾಬಿತುವಾಗುತ್ತೆ ಶ್ರೀ ಜಗನ್ನಾಥರು ನೀಲಾಂಚಲವನ್ನು ತೊರೆದು ಮಾನವ ಶರೀರ ಧಾರಣೆ ಮಾಡಿದ್ದಾರೆ ಅಂತಾ ಸಾಕ್ಷಿ ಸಿಗುತ್ತದೆ।

ಮಹಾಪುರುಷ ಅಚ್ಯುತಾನಂದ "ಚೌಶಟಿ ಪಟಲ" ಗ್ರಂಥದಲ್ಲಿ ಜಗನ್ನಾಥ ಕ್ಷೇತ್ರದಿಂದ ಇನ್ನೊಂದು ಸಂಕೇತದ ಬಗ್ಗೆ ವರ್ಣನೆಯನ್ನು ಮಾಡಿದ್ದಾರೆ। ಶ್ರೀ ಕಲ್ಪವಟದ ಮಹಿಮೆ ಮತ್ತು ಶ್ರೀ ಕಲ್ಪವಟದ ಕ್ಷಯ, ಕಲಿಯುಗದ ಅಂತ್ಯ ಮತ್ತು ಭಗವಾನ ಶ್ರೀ ಜಗನ್ನಾಥ ನೀಲಾಂಚಲವನ್ನು ತೊರೆದು ಮಾನವ ಶರೀರ ಧಾರಣೆ ಪಡೆದಿರುವ ಪ್ರಮಾಣ ಸಿಗುತ್ತದೆ।

"ಸೆ ಬಟ ಮುಲರೆ ಅರ್ಜುನ ಜಿಹು ಬಸಿಬ ದಂಡೆ,
ಮೃತ್ಯು ಸಮಯೆ ನ ಪಡಿಬ ಯಮ ರಾಜರ ದಂಡೆ।
ಸೆ ಬಟ ಮೋಹರ ವಿಗ್ರಹ ಜಂಹು ಹೆಲೆ ಅಘಾತ,
ಮೋತೆ ಬಡ ಬಾಧಾ ಲಾಗಯಿ ಸುಣ ಮಘಬಾಸುತ।
ಸೆ ಭಟ ರೂ ಖಂಡೆ ಬಕಲ ಜಿಹು ದೇಬ ಭಡಾಯಿ,
ಮೋಹರ ಚರ್ಮ ಭಡಾಯಿಲಾ ಪರಿ ಜ್ಞಾಂತ ಹುಅಯಿ।"

ಈ ಮೇಲ್ಕಾಣಿಸಿದ ಶ್ಲೋಕದ ಭಾವಾರ್ಥ - ಶ್ರೀ ಮಂದಿರದ ಒಳಗಿರುವ ಕಲ್ಪವಟವು ಭಗವಂತನ ಮೂರ್ತಿಯ ಸಮನಾಗಿದೆ। ಕಲ್ಪವಟದ ತುಲನೆಯನ್ನು ಭಗವಂತನ ಶರೀರಕ್ಕೆ ಹೋಲಿಸಲಾಗಿದೆ। ಕಲ್ಪವಟದಿಂದ ಒಂದು ಸಣ್ಣ ತುಂಡೂ ಕೂಡಾ ವಡೆದರೆ ಭಗವಂತನ ಶರೀರಕ್ಕೆ ಬಹಳಷ್ಟು ಕಷ್ಟವಾಗುತ್ತದೆ। ಆದುದರಿಂದ ನಾವು ಇಂದು ಯೋಚನೆ ಮಾಡುವಂತಹ ವಿಷಯವಾಗಿದೆ। ಕಲ್ಪವಟದ ಕೊಂಬೆಯು ಮೇಲಿಂದ ಮೇಲೆ ಮುರಿಯುತ್ತಿದ್ದು, ಇದರ ಅರ್ಥ ಇದಾಗಿದೆ। ಮಹಾಪುರುಷರ ಗ್ರಂಥದ ಅನುಸಾರವಾಗಿ ಕಲ್ಪವಟದ ಕೊಂಬೆಯು (ಶಾಖಾ) ಮುರಿದು ಬೀಳುತ್ತೊ ಆಗ ಭಗವಂತ ನೀಲಾಂಚಲವನ್ನು ತೊರೆದು ಮಾನವ ಶರೀರ ಧಾರಣೆ ಮಾಡುವನು। ಮತ್ತು ಮಹಾಪುರುಷ ಅಚ್ಯುತಾನಂದರು ಈ ವಿಷಯದ ಬಗ್ಗೆ ವಿವರಿಸಿದ್ದಾರೆ।

"ಕಲ್ಪವಟ ಘಾತ ಹೆಬ ಚಿತೆಬಿಲೆ
ನೀಲಾಚಲ ಭಾಡಿ ಚಿಬಿ ಮದನ ಗೋಪಾಲೆ ।
ಕಲ್ಪಬಟ ಶಾಖಾ ಚಿದಿ ಪಡಿಬ ಸೆ ಕಾಲೆ,
ನಾನಾ ಅಕರ್ಮ ಮಾನ ಹೆಬ ಕ್ಷೇತ್ರಬರೆ ।
ರುದ್ರ ಠಾರು ಉನವಿಂಶ ಪರ್ಯಂತ ಸೆಠಾರೆ,
ಸ್ಥಾಪನಾ ಹೋಇಬಿ ಮೋರ ಸೇವಾದಿ ಭಾಬರೆ।
ಬಡ ದೇಉಲರೆ ಮುಂಹಿ ನರಹಿಬಿ ವೀರ,
ಬಾಹಾರ ಹೋಇಬಿ ದೇಖಿ ನರ ಅತ್ಯಾಚಾರ।"

ಈ ಶ್ಲೋಕದ ಭಾವಾರ್ಥ - ಮಹಾಪುರುಷ ಅಚ್ಯುತಾನಂದರು ಮೇಲಿನ ಸ್ತೋತ್ರದಲ್ಲಿ ವಿವರಿಸಿರುವಂತೆ ಯಾವಾಗ ಕಲ್ಪವಟದ ಕೊಂಬೆಯು (ಶಾಖೆ) ಮುರಿದಾಗ ಆಗ ನನ್ನ ಕ್ಷೇತ್ರದಲ್ಲಿ ಬಹಳಷ್ಟು ಅನ್ಯಾಯ, ಅನ್ಯೆತಿಕತೆ, ದುರಾಡಳಿತ ಮತ್ತು ಅಶಿಸ್ತು ಹರಡುತ್ತದೆ। ಭಗವಾನ ಕಲ್ಕಿಯ ವಯಸ್ಸು 11 ರಿಂದ 19ರ ಮಧ್ಯದಲ್ಲಿ ಸರ್ಕಾರದಿಂದ ಶ್ರೀ ಮಂದಿರದ ಜವಾಬ್ದಾರಿಯನ್ನು ನೋಡಿಕೊಳ್ಳಲು ಹೊಸ ಸೇವಕರನ್ನು ನಿಯುಕ್ತಿ ಮಾಡುತ್ತದೆ। ಆ ಸಮಯದಲ್ಲಿ ಭಗವಾನ ಶ್ರೀ ಜಗನ್ನಾಥ ಮನುಷ್ಯರ ದೌರ್ಜನ್ಯವನ್ನು ನೋಡಿ ಮಂದಿರ ತ್ಯಾಗ ಮಾಡಿ ಮಾನವ ಶರೀರ ಸ್ವೀಕರಿಸುವರು। ಮಾಳಿಕೆಯ ಈ ವಾಣಿಯು ಇಂದು ಸತ್ಯವಾಗಿದೆ। ಮತ್ತೆ ಮಹಾತ್ಮ ಅಚ್ಯುತಾನಂದರು ಈ ಸ್ಥಿತಿಯ ಬಗ್ಗೆ ವರ್ಣನೆಯನ್ನು ಮಾಡಿದ್ದಾರೆ।

"ಬಡ ದೇವುಲ ಮೋಹರ ಪಠ್ಥರ ಖಸಿಬ,
ಗೃಧ್ರ ಪಕ್ಷಿ ನೀಲ ಚಕ್ರ ಉಪರೆ ಬಸಿಬ।
ದಿನೆ ದಿನೆ ಚಲುರೆ ಮು ನ ಹೋಇಬಿ ದೃಷ್ಯ,
ಘೋಗ ಸಬು ಪೋತಾ ಹೆಬ ಜಾನ ಪಾಂಡು ಶಿಷ್ಯ।
ಸಮುದ್ರ ಉಆರ ಮಾಡಿ ಆಸೀಬ ನಿಕಟೆ,
ರಕ್ಷಾ ನಕರಿಬೆ ಕೆಹಿ ಪ್ರಾಣೆಂಕು ಸಂಕಟೆ।"

ಮಹಾಪುರುಷರ ವರ್ಣನೆಯಂತೆ। ಯಾವಾಗ ರಣ ಹದ್ದು ನೀಲಚಕ್ರದ ಮೇಲೆ ಕುಳಿತುಕೊಳ್ಳುತ್ತೊ, ಆಗ ಶ್ರೀ ಜಗನ್ನಾಥರ ಶ್ರೀ ದೇವಸ್ಥಾನದಿಂದ ಮೇಲಿಂದ ಮೇಲೆ ಕಲ್ಲುಗಳು ಬಿಳುತ್ತವೆ ಆ ಸಮಯದಲ್ಲಿ ಮಹಾಪ್ರಸಾದವನ್ನು ಅರ್ಪಿಸುವಾಗ ಮಹಾಪ್ರಭು ಜಗನ್ನಾಥ ಮಹಾಪ್ರಸಾದ ಅರ್ಪಿಸುವ ಮುಖ್ಯ ಅರ್ಚಕರಿಗೆ ದರ್ಶನ ನೀಡುವದಿಲ್ಲ। ಕೆಲವು ಸಮಯದಲ್ಲಿ ಮಹಾಪ್ರಸಾದವನ್ನು ಮಣ್ಣಿನಲ್ಲಿ ಹುಳಲಾಗುತ್ತದೆ। ಇದರ

ಬಗ್ಗೆ ಈ ಮಾತಿನಿಂದ ಸಾಕ್ಷಿಯಾಗಿರುತ್ತದೆ ಶ್ರೀ ಜಗನ್ನಾಥ ಮಂದಿರದ ಪರಂಪರೆಯ ಅನುಸಾರ ಯಾವಾಗ ಭಗವಂತ ಜಗನ್ನಾಥರಿಗೆ ಮಹಾಪ್ರಸಾದ ಅರ್ಪಣೆ ಮಾಡುತ್ತಾರೆ ಶ್ರೀ ಜಗನ್ನಾಥರಿಗೆ ಮಹಾಪ್ರಸಾದ ಅರ್ಪಣೆ ಮಾಡುವ ಮುಖ್ಯ ಅರ್ಚಕರಿಗೆ ಭಗವಂತ ದರ್ಶನ ಕೊಡುತ್ತಾರೆ । ಆದರೆ ಮಹಾಪುರುಷ ಅಚ್ಯುತಾನಂದರ ವಾಣೆಯ ಪ್ರಕಾರ ಯಾವ ಸಮಯದಲ್ಲಿ ಗರುಡ ಪಕ್ಷಿ ಅಥವಾ ರಣ ಹದ್ದು ನೀಲಚಕ್ರದ ಮೇಲೆ ಕುಳಿತುಕೊಳ್ಳುತ್ತೆ ಆ ಸಮಯದಲ್ಲಿ ಭಗವಾನರ ಶ್ರೀ ಮಂದಿರದಿಂದ ಕಲ್ಲು ಗಳು ಚೆಲುವವು ಮತ್ತು ಜಗನ್ನಾಥ ಮಹಾಪ್ರಭು ಮಹಾಪ್ರಸಾದದ ಅರ್ಪಣೆಯ ವಿಧಿಯಲ್ಲಿ ದರ್ಶನ ಕೊಡುವುದಿಲ್ಲ । ಮತ್ತು ಆ ಸಮಯದಲ್ಲಿ ಮಹಾಪ್ರಭುವಿನ ಮಹಾಪ್ರಸಾದವನ್ನು ಮಣ್ಣಿನಲ್ಲಿ ಹೂತು ಹಾಕಲಾಗುವುದು । ಮತ್ತೆ ಮಹಾಪುರುಷ ಅಚ್ಯುತಾನಂದರು ಇದರ ಉಲ್ಲೇಖವನ್ನು ಒಂದು ಎಚ್ಚರಿಕೆಯ ರೂಪದಲ್ಲಿ ತಿಳಿಸಿದ್ದಾರೆ. ಆ ಸಮಯದಲ್ಲಿ ಭೂಮಿಯಿಂದ ಸಮುದ್ರವು ಬಹಳಷ್ಟು ಎತ್ತರಕ್ಕೆ ಏಳುವದು ಮತ್ತು ಭೂಮಿಯ ಮೇಲೆ ಪ್ರವಾಹ ಬರುವುದು, ಅದು ಈ ಸಮಯದಲ್ಲಿ ಭೂಮಿಯ ಮೇಲೆ ಕಾಣಲು ಸಿಗುತ್ತದೆ ।

ಈ ಸಂಕೇತವು ಜಗನ್ನಾಥ ಕ್ಷೇತ್ರದಿಂದ ಸಿಕ್ಕಿರುತ್ತದೆ । ಅದಾದ ಮೇಲೆ ದೊಡ್ಡ ಆಪತ್ತುಗಳು ಭೂಮಿಯ ಮೇಲೆ ನಿರಂತರವಾಗಿ ಕಾಣಿಸಿಕೊಳ್ಳುವವು । ಆದ್ದರಿಂದ ಅವರು ಒಬ್ಬ ಮಹಾಪುರುಷ ವಿರುವ ಕಾರಣ ಜನರಿಗೆ ಪರಿವರ್ತನೆ ಮಾಡುವ ಉದ್ದೇಶದಿಂದ ಪ್ರೇರೆಪಿಸಿದ್ದಾರೆ । ಮಹಾಪುರುಷ ಈ ಸಂದರ್ಭದಲ್ಲಿ ಮತ್ತೆ ವರ್ಣನೆಯನ್ನು ಮಾಡಿದ್ದಾರೆ ।

"ಶ್ರೀ ಧಾಮರು ಎಕ ಬಡ ಪಾಶಾನ ಖಸೀಬ,
ಧಿಬಸರೆ ಉಲ್ಲೂಕ ತಾರ ಉಪರೆ ಬಸಿಬ ।
ಮೋ ಘುಬನೆ ಉಲ್ಕಾಪಾತ ಹೆಬ ಘನ ಘನ,
ಜೀವು ಸಬು ಅಟೆ ಬಾಬು ಅಮಂಗಲ ಚಿನ್ನ"

ಮಹಾಪುರುಷರು ಹೇಳುವ ಪ್ರಕಾರ ಶ್ರೀ ಜಗನ್ನಾಥರ ಮುಖ್ಯ ಮಂದಿರದಿಂದ ಒಂದು ದೊಡ್ಡದಾದ ಕಲ್ಲು ಬೀಳುತ್ತದೆ ಮತ್ತು ಹಗಲಿನಲ್ಲಿಯೇ ಆ ಕಲ್ಲಿನ ಮೇಲೆ ಒಂದು ಗೂಬೆ ಕುಳಿತುಕೊಳ್ಳುತ್ತದೆ ಮತ್ತು ಈ ಎರಡೂ ಸಂಕೇತಗಳು ಮಂದಿರದಲ್ಲಿ ಈಗಾಗಲೆ ಸಂಬಂಧಿಸಿರುತ್ತವೆ. ಮತ್ತು ಜಗನ್ನಾಥ ಕ್ಷೇತ್ರದ ಮುಂದಿನ ದಿನಗಳಲ್ಲಿ ಮೇಲಿಂದ ಮೇಲೆ ಆಕಾಶದಿಂದ ಉಲ್ಕಾಪಿಂಡಗಳು (ಬೆಂಕಿ ಉಂಡೆ) ಬೀಳುತ್ತವೆ, ಹಾಗೇ ನಮಗೆ ಈ ಸತ್ಯವು ಮಹಾಪುರುಷರಿಂದ ರಚನೆ ಮಾಡಿದಂತಹ ಅನೇಕ ಗ್ರಂಥಗಳಲ್ಲಿ ಪುರಾವೆಗಳು ಸಿಗುತ್ತವೆ ।

ಅಧ್ಯಾಯ – 11
ಭಗವಾನ ಕಲ್ಕಿಯ ಅವತಾರಕ್ಕೆ ಸಂಬಂಧಿಸಿದಂತಾ ವಿವಿಧ ಶಾಸ್ತ್ರ, ಪುರಾಣ ಮತ್ತು ಭವಿಷ್ಯ ಮಾಲಿಕೆಗಳಲ್ಲಿರುವ ವರ್ಣನೆ

ಭವಿಷ್ಯ ಮಾಲಿಕಾ ಮತ್ತು ಶಾಸ್ತ್ರಗಳ ಪ್ರಕಾರವಾಗಿ ಭಗವಾನ ವಿಷ್ಣುವಿನ ಹತ್ತನೆ ಅವತಾರವೆ "ಕಲ್ಕಿ" ಅವತಾರ. ಸಂಬಲ ಗ್ರಾಮದಲ್ಲಿ ಜನಿಸಿರುತ್ತಾರೆ. ಈ ಸತ್ಯ ಸಂಗತಿಯನ್ನು ಶ್ರೀಮಧ್ ಭಾಗವತ್, ಮಹಾಭಾರತ, ಕಲ್ಕಿಪುರಾಣ ಮತ್ತು ಪಂಚಮಹಾಸಖಾ ರಚಿತ ಭವಿಷ್ಯ ಮಾಲಿಕಾದಲ್ಲಿ ದೊರೆಯುತ್ತವೆ. ಈಗ ಎಲ್ಲದಕ್ಕಿಂತ ದೊಡ್ಡ ಪ್ರಶ್ನೆ ಏನೆಂದರೆ "ಸಂಬಲ ಗ್ರಾಮ" ಎಲ್ಲಿದೆ ? ಶಾಸ್ತ್ರದ ಪ್ರಕಾರ ಈ ವಿಷಯವು ಸ್ಪಷ್ಟವಾಗಿದೆ. ಸಂಬಲ ಗ್ರಾಮದಲ್ಲಿಯೆ ಪ್ರಭು ಕಲ್ಕಿಯ ಅವತಾರವಾಗುವುದು. ಇವತ್ತು ಭಾರತದ ವಿವಿಧ ಭಾಗಗಳಲ್ಲಿ ಅನೇಕರು ಸ್ವತಕ್ಕೆ ಕಲ್ಕಿ ಅವತಾರವೆಂದು ಹೇಳುತ್ತಿದ್ದಾರೆ ಮತ್ತು ತಮ್ಮ ಜನ್ಮಭೂಮಿಯನ್ನು ಸಂಬಲಗ್ರಾಮವೆಂದು ತಿಳಿಯುತ್ತಿದ್ದಾರೆ. ಆದರೆ ಭಾರತದಲ್ಲಿ ವಾಸ್ತವವಾಗಿ ಕೇವಲ ಎರಡು ಸಂಬಲ ಗ್ರಾಮಗಳ ಉಲ್ಲೇಖ ಸಿಗುತ್ತದೆ. ಶ್ರೀಮಧ್ ಭಾಗವತ್ ಮಹಾಭಾರತದಲ್ಲಿ "ವನಪರ್ವ" ಮತ್ತು ಪಂಚಸಖಾ ರಚಿತ "ಭವಿಷ್ಯ ಮಾಲಿಕಾ"ದಲ್ಲಿ ವರ್ಣನೆಯನ್ನು ಮಾಡಲಾಗಿದೆ.

ಭಗವಾನ ಶ್ರೀ ವೇದವ್ಯಾಸರ ಶ್ರೀಮಧ್ ಭಾಗವತ್ ಗ್ರಂಥದಲ್ಲಿ ಉಲ್ಲೇಖ ಮಾಡಿರುವಂತೆ ಭಗವಾನ ಕಲ್ಕಿಯು ಸಂಬಲ ಗ್ರಾಮದಲ್ಲಿ ಜನನವಾಗುತ್ತಾರೆ ಮತ್ತು ಮ್ಲೇಚರನ್ನು (ದುಷ್ಟರನ್ನು) ನಾಶ ಮಾಡುತ್ತಾರೆ. ಇದರ ವರ್ಣನೆಯನ್ನು ಮುಂದಿನ ಶ್ಲೋಕದಲ್ಲಿ ಮಾಡಲಾಗಿದೆ –

"ಸಂಬಲ ಗ್ರಾಮ ಮುಖ್ಯಸ್ಯ ಬ್ರಾಹ್ಮಣ್ಯಸ್ಯ ಮಹಾತ್ಮನ ।
ಭಬನೆ ವಿಷ್ಣು ಇಶಶ್ಯ ಕಲ್ಕಿ ಪ್ರಾದುರ್ಭಾಣಿಶ್ಯತಿ॥"

ಮೇಲಿನ ಶ್ಲೋಕದ ಭಾವಾರ್ಥ – ಸಂಬಲ ಗ್ರಾಮದ ಮುಖ್ಯಸ್ಥ ಬ್ರಾಹ್ಮಣನ ಮನೆಯಲ್ಲಿ ನಿತ್ಯ ಭಗವಾನ ವಿಷ್ಣುವಿನ ಪ್ರತಿನಿತ್ಯ ಮಹಿಮೆಗಳನ್ನು ನಾಮಸ್ಮರಣೆ ಗಾನ ತಪಜಪಗಳನ್ನು ಮಾಡುವಂತಹ ಆ ಮನೆಯಲ್ಲಿಯೆ ಭಗವಾನ ಕಲ್ಕಿಯ ಜನ್ಮವಾಗುವುದು.

ಯಾವಾಗ ದ್ವಾಪಾರ ಯುಗದ ಅಂತ್ಯದಲ್ಲಿ ಭಗವಾನ ವೇದವ್ಯಾಸರು ಮಹಾಭಾರತದ ರಚನೆ ಮಾಡಿದರು. ಆಗ ಮಹಾಭಾರತದ "ವನಪರ್ವ"ದಲ್ಲಿ ಭಗವಾನ ಕಲ್ಕಿಯು "ಸಂಭೂತ ಸಂಬಲ" ಗ್ರಾಮದಲ್ಲಿ ಜನ್ಮವಾಗುತ್ತದೆ ಎಂದು ವರ್ಣನೆ ಮಾಡಿದ್ದಾರೆ. ಇದಲಿಂದ ಸ್ವಷ್ಟ ರೂಪದಲ್ಲಿ ಪ್ರಮಾಣ ಸಿಗುತ್ತದೆ. ಮೊದಲು ಸಂಬಲ ಗ್ರಾಮ ಮತ್ತೆ "ಸಂಭೂತ ಸಂಬಲ" ಗ್ರಾಮವೆಂದು ಉಲ್ಲೇಖ ಮಾಡಿರುತ್ತಾರೆ.

"ಕಲ್ಕಿ ವಿಷ್ಣು ಜಶಾನಾಮ ದವಿಜ ಕಾಲ ಪ್ರಚೋದಿತಾ
ಉತ್ಪಸಯತೆ ಮಹಾಚಿರಚಿಯಾ ಮಹಾಬುದ್ಧಿಃ ಪರಾಕ್ರಮ
ಸಂಭೂತ ಸಂಬಲಗ್ರಾಮೆ ಬ್ರಾಹ್ಮಣ ಬಸತಿ ಸುಭೀ॥"
(ಶ್ರೀ ವ್ಯಾಸದೇವ ರಚಿತ ಸಂಸ್ಕೃತ ಮಹಾಭಾರತದ "ವನಪರ್ವ"ದಿಂದ
ತೆಗೆದುಕೊಳ್ಳಲಾಗಿದೆ)

ಮೇಲಿನ ಶ್ಲೋಕದಲ್ಲಿ ಭಗವಾನ ವೇದವ್ಯಾಸರು ಭಗವಾನ ಕಲ್ಕಿ ಅವತಾರದ ಜನ್ಮಸ್ಥಾನವನ್ನು ಯಾವ ಸ್ಥಾನದಲ್ಲಿ ಬ್ರಾಹ್ಮಣರ ಗ್ರಾಮವನ್ನು ಮಾಡಲಾಗಿದೆಯೋ ಆ ಗ್ರಾಮವನ್ನು ಸಂಬಲ ಗ್ರಾಮ ಅಥವಾ ಸಂಭೂತ ಸಂಬಲವೆಂದು ಕರೆಯಲಾಗುತ್ತದೆ । ಭಾರತದ ಉತ್ತರ ಪ್ರದೇಶ ರಾಜ್ಯದ ಮುರಾದಾಬಾದ ಜಿಲ್ಲೆಯಲ್ಲಿ ಸಂಬಲವೆಂಬ ಹೆಸರಿನ ಒಂದು ಗ್ರಾಮವಿದೆ. ಅದನ್ನು ಸಂಬಲವೆಂದು ಕರೆಯುತ್ತಾರೆ । ಮತ್ತು ಓಡಿಸ್ಸಾ ರಾಜ್ಯದ ಜಾಜಪುರ ಜಿಲ್ಲೆಯಲ್ಲಿ ಮಾತಾ ಚಿರಜಾದೇವಿ ಸ್ವಯಂ ನೆಲೆಸಿದ್ದಾಳೆ ಮತ್ತು ಮಾತಾ ಚಿರಜಾದೇವಿಯ ಪೂರ್ವ ಭಾಗದಲ್ಲಿರುವ ಬ್ರಾಹ್ಮಣ ಗ್ರಾಮವನ್ನು ಪಂಚಮಹಾಸಕುರು ಸಂಬಲ ಗ್ರಾಮವೆಂದು ಗುರುತಿಸಿದ್ದಾರೆ । ಭಗವಾನ ವೇದವ್ಯಾಸರು ಮಹಾಭಾರತದ "ವನಪರ್ವ"ದಲ್ಲಿ ವರ್ಣಿಸಲಾಗಿದೆ ।

ಎಲ್ಲ ಬ್ರಾಹ್ಮಣರ ಗ್ರಾಮವನ್ನು ಯಜ್ಞ ಮಾಡುವ ಉದ್ದೇಶದಿಂದ ನಿರ್ಮಿಸಲಾಗಿತ್ತು ಆ ಗ್ರಾಮದ ಪ್ರಮುಖ ಬ್ರಾಹ್ಮಣನ ಮನೆಯಲ್ಲಿ ಭಗವಾನ ವಿಷ್ಣುವಿನ ನಿಂತರ ನಾಮಸ್ಮರಣೆ, ಭಜನೆ, ಕೀರ್ತನ, ಯಲೋಗಾತಾ ಮಾಡುವಂತಹ ಮನೆಯಲ್ಲಿ ಭಗವಾನ ಕಲ್ಕಿಯ ಜನನವಾಗುವುದು ।

ಓಡಿಸ್ಸಾದ ಇತಿಹಾಸದ ಪ್ರಕಾರ ಸೋಮ ವಂಶದ ರಾಜಾ "ಜಜಾತಿ ಕೇಸರಿ"ಯು ಉತ್ತರ ಪ್ರದೇಶದ ಕನೌಜ ಜಿಲ್ಲೆಯಿಂದ ೧೦೦೦೦ ಬ್ರಾಹ್ಮಣರನ್ನು ಕರೆತಂದು ಮಾತಾ ಚಿರಜಾ ಕ್ಷೇತ್ರದ ಪೂರ್ವಭಾಗದಲ್ಲಿ ಆ ಗ್ರಾಮವನ್ನು ಸ್ಥಾಪಿಸಿದರು ಮತ್ತು ಆ ಬ್ರಾಹ್ಮಣರಿಂದ ದಶಾಶ್ವಮೇಧ ಯಜ್ಞ ಮಾಡಿಸಿದರು । ಇದರಿಂದ ನಮಗೆ ಸ್ಪಷ್ಟವಾಗಿ ಪ್ರಮಾಣ ಸಿಗುತ್ತದೆ । ಭಗವಾನ ಕಲ್ಕಿಯ ಜನ್ಮವೂ ಹೊಸ ಸಂಬಲ ಅಥವಾ ಸಂಭೂತ ಸಂಬಲದಲ್ಲಿ ಜನಿಸುತ್ತಾನೆ । ಹಳೆಯ ಸಂಬಲ ಗ್ರಾಮದಲ್ಲಿ ಜನನ ವಾಗಿಲ್ಲವೆಂದು ಸಾಕ್ಷಿಗಳು ಸಿಗುತ್ತವೆ ।

ಇದರ ಸ್ಪಷ್ಟ ಪ್ರಮಾಣವನ್ನು ಪಂಚಮಹಾಸಕುರು ತಮ್ಮ ಭವಿಷ್ಯ ಮಾಲಿಕಾ ಗ್ರಂಥದಲ್ಲಿ ವಿವರಿಸಿದ್ದಾರೆ । ಅದರ ವರ್ಣನೆಯನ್ನು ಮಹಾಪುರುಷ ಅಚ್ಯುತಾನಂದರು ರಚಿಸಿದ "ಚಿರಜಾ ಮಹಾತ್ಮೆ"ಯ ಎರಡನೇಯ ಸ್ಕಂದಲ್ಲಿ ಸಿಗುತ್ತದೆ । ಶ್ರೀ ವ್ಯಾಸದೇವರ ವಾಣಿಯನ್ನು ಸಮರ್ಪಿಸುವದಕ್ಕಾಗಿ ಓಡಿಸ್ಸಾದ ಜಾಜಪೂರ ಗ್ರಾಮದಲ್ಲಿ ಮಾತಾ ಚಿರಜಾದೇವಿ ಮಂದಿರದ ಪೂರ್ವ ಭಾಗದಲ್ಲಿ ಸ್ಥಾಪಿಸಿದ ಬ್ರಾಹ್ಮಣರು ವಾಸಿಸುವ ವಾಸಸ್ಥಾನವೆ "ಸಂಬಲ ಗ್ರಾಮ"ವೆಂದು ಸಿದ್ಧವಾಗುತ್ತದೆ । ಇದಕ್ಕೆ ಸಂಬಂಧಿಸಿದ ಶ್ಲೋಕ ಸಾಲುಗಳು ಈ ಕೆಳಗಿನಂತಿರುತ್ತವೆ -

"ಸುನ ಬಾರ ಸುತ, ನಿಹಾರ ಬಚನಾ ಎ, ಅಟೆ ಅಚ್ಯುತ ಠಾರ,
ನಾಭಿ ಗಯಾ ತೀರ್ಥ, ಹರಿಹರ ಕ್ಷೇತ್ರ, ಗ್ರಾಮ ಈ ಸಂಬಲ ಪುರ" ।

ಭಗವಾನ ಶ್ರೀ ಜಗನ್ನಾಥರ ಕೃಪೆಯಿಂದ ಭಕ್ತ ಜನರಿಗೆ ತಿಳಿಸುವ ಉದ್ದೇಶದಿಂದ ಈ ಗ್ರಂಥದ ಪ್ರಕಾಶನವನ್ನು ಮಾಡಲಾಗುತ್ತಿದೆ । ಮುಂಬರುವ ಸಮಯದಲ್ಲಿ ಆದಷ್ಟು ಬೇಗ "ಭವಿಷ್ಯ ಮಾಲಿಕಾದ" ಎರಡನೆಯ ಆವೃತಿಯನ್ನು ಪ್ರಕಾಶ ಮಾಡುವ ಉದ್ದೇಶದಿಂದ ನಾವು ಪ್ರಯತ್ನ ಮಾಡುತ್ತೇವೆ, ಪುಸ್ತಕ ಎರಡನೇಯ ಭಾಗದಲ್ಲಿ ಕೆಳಗಿನ ವಿಷಯಗಳ ಬಗ್ಗೆ ವಿವರಿಸಲಾಗುತ್ತದೆ.

1) ಸಂಬಲ ಗ್ರಾಮದ ಬಗ್ಗೆ ಸಂಪೂರ್ಣ ವಿವರಣೆ.

2) ಭಗವಾನ ಕಲ್ಕಿಯ ಜನ್ಮಸ್ಥಳದ ನಿರೂಪಣೆ (ಉಲ್ಲೇಖ).

3) ಭವಿಷ್ಯದಲ್ಲಿ ವಿಶ್ವ ಯುದ್ಧದ ಬಗ್ಗೆ ವಿವರಣೆ.

4) ಭಕ್ತಜನರ - 16 ಮಂಡಲಗಳ ಸ್ಥಾಪನೆಯ ಬಗ್ಗೆ ವಿವರಣೆ.

5) ಪೃಥ್ವಿ ಮೇಲಿ ಯಾವ ಯಾವ ಸ್ಥಳಗಳಲ್ಲಿ 16 ಮಂಡಲಗಳ ಸ್ಥಾಪನೆಯಾಗುವವು ?
   ಅದರ ಬಗ್ಗೆ ಸಂಪೂರ್ಣ ವಿವರಣೆ.

6) ಭಕ್ತರ ಮತ್ತು ಭಗವಂತನ ಮೀಲನವು ಯಾವ ಸಮಯದಲ್ಲಿ ಮತ್ತು ಯಾವ ಸ್ಥಳದಲ್ಲಿ
   ಆಗುವದೆಂದು ಅದರ ಬಗ್ಗೆ ಸಂಪೂರ್ಣ ವಿವರಣೆ.

7) ಧರ್ಮ ಸಂಸ್ಥಾಪನೆ ಸಂಬಂದದ ಬಗ್ಗೆ ವಿವರಣೆ.

8) ಶ್ರೀ ಜಗನ್ನಾಥರು ಭತಿಯಾ ಕ್ಷೇತ್ರವನ್ನು (ಒಡಿಸ್ಸಾ) ಸಂಚಲಿಸುವ ವಿಷಯದ ಬಗ್ಗೆ ವಿವರಣೆ.